കവികളും കഥകളും

kavikalum kadhakalum

•

narayanan kavumbayi

•

first edition
february 2019

•

typesetting & published
chintha publishers, thiruvananthapuram

•

cover & illustration
sivan

വിതരണം

ദേശാഭിമാനി ബുക്ക് ഹൗസ്

H O തിരുവനന്തപുരം-695 035
phone: 0471-2303026, 6063026
www.chinthapublishers.com
chinthapublishers@gmail.com

ബ്രാഞ്ചുകൾ

ഹെഡ്ഡാഫീസ് ബ്രാഞ്ച് കുന്നുകുഴി • ഓവർബ്രിഡ്ജ് തിരുവനന്തപുരം • കെ എസ് ആർ ടി സി ബസ് സ്റ്റേഷൻ ആലപ്പുഴ • കെ എസ് ആർ ടി സി ബസ് സ്റ്റേഷൻ എറണാകുളം • ഐ ജി റോഡ് കോഴിക്കോട് • മാവൂർ റോഡ് കോഴിക്കോട് • എൻ ജി ഒ യൂണിയൻ ബിൽഡിങ് കണ്ണൂർ • സെൻട്രൽ ബസ് ടെർമിനൽ കോംപ്ലക്സ് താവക്കര കണ്ണൂർ

CO - 2749 / 4943
ISBN - 978-93-88485-21-0

കവികളും കഥകളും

(ബാലസാഹിത്യം)

നാരായണൻ കാവുമ്പായി

ചിന്ത പബ്ലിഷേഴ്സ്
തിരുവനന്തപുരം-695 035

നാരായണൻ കാവുമ്പായി

കണ്ണൂർ ജില്ലയിലെ കാവുമ്പായിയിൽ ജനനം. മലയാള സാഹിത്യത്തിൽ ബിരുദാനന്തര ബിരുദവും ബി എഡും. *ദേശാഭിമാനി* ചീഫ് സബ് എഡിറ്റർ. കുട്ടികളുടെ ദ്വൈവാരികയായ *തത്തമ്മ*യുടെയും *ദേശാഭിമാനി അക്ഷരമുറ്റ*ത്തിന്റെയും എഡിറ്റർ ഇൻ ചാർജായി പ്രവർത്തിക്കുന്നു.

ഇരുപത് ബാലസാഹിത്യകൃതികളും ഒരു ചരിത്രഗ്രന്ഥവും രണ്ടു ജീവചരിത്രവും രചിച്ചു. പത്ത് പുസ്തകങ്ങളുടെ എഡിറ്ററാണ്. *നവോത്ഥാന കഥകൾ* എന്ന കൃതിക്ക് അബുദാബി ശക്തി അവാർഡ് ലഭിച്ചു. മാധ്യമപ്രവർത്തനത്തിനുള്ള സുരേന്ദ്രൻ നീലേശ്വരം സ്മാരക പത്രപ്രവർത്തക അവാർഡും ബാലസാഹിത്യത്തിന് ഡോ. ടി പി സുകുമാരൻ സ്മാരക അവാർഡും ലഭിച്ചു.

ഭാര്യ : റീനാകുമാരി
മക്കൾ : സിദ്ധാർത്ഥ്, സച്ചിത്ത്
വിലാസം : കേദാരം, കീച്ചേരി,
പാപ്പിനിശേരി പോസ്റ്റ്,
കണ്ണൂർ ജില്ല
ഫോൺ : 04972 788979
മൊബൈൽ : 9447779875
email : kavumbayi@gmail.com

ഉള്ളടക്കം

കാട്ടാളനും കവിയും 9

ഭാഷയ്ക്കൊരു പിതാവ് 13

പട്ടിണിമാറ്റിയ പാട്ട് 16

നമ്പ്യാരും തുള്ളലും 18

പായസത്തിന്റെ കയ്പും പക്കത്തെ ഊണും 21

കാതിലോല നല്ലതാളി 23

ചക്കി പത്തായത്തിൽ 24

ചെറുശ്ശേരിയും കൃഷ്ണഗാഥയും 26

കൃഷ്ണനാട്ടവും രാമനാട്ടവും 29

പ്രകൃതിയുടെ സംഗീതം 31

ഔവ്വയാറും ഇടയബാലനും 33

ഭക്തിയും വിഭക്തിയും 37

അജ്ഞതയിൽ നിന്ന് അറിവിലേക്ക് 39

മാലക്കവിതയും കവിതാമാലികയും 42

കാക്കശ്ശേരിയും ഉദ്ദണ്ഡശാസ്ത്രിയും 45

രാമായണത്തിലെ പ്രധാന ശ്ലോകം 47

കാളിദാസനും ഭവഭൂതിയും 49

ജീവനുള്ള ഉരുളികൾ 52

ആടാനും പാടാനും 54

'അന്ത ഹന്തയ്ക്കിന്തപ്പട്ട്' 56

മേൽപ്പത്തൂരിന്റെ വാതരോഗം 59

നമ്പ്യാരും വാര്യരും 61

വില്വമംഗലത്ത് സ്വാമിയാർ 63

ചങ്ങമ്പുഴയും ഖാദിയും 66

പ്രതാപം പെട്ടിക്കുള്ളിൽ 68

വീണപൂവ് 70

കാക്കശ്ശേരിയുടെ ഓർമ്മശക്തി 73

മേൽപ്പത്തൂരും പട്ടത്താനവും 76

കബീർദാസ് 78

പ്രസാധകക്കുറിപ്പ്

തികച്ചും വ്യത്യസ്തമായ ഒരു പുസ്തകമാണ് നാരായണൻ കാവുമ്പായിയുടെ *കവികളും കഥകളും*. വാല്മീകി, എഴുത്തച്ഛൻ, രാമപുരത്തുവാര്യർ, കുഞ്ചൻ നമ്പ്യാർ, തോലൻ, ചെറുശ്ശേരി തുടങ്ങി മലയാള സാഹിത്യത്തിനും കലാരൂപങ്ങൾക്കും സംഭാവന നല്കിയ കുറെ മഹദ്വ്യക്തിത്വങ്ങളെ നുറുങ്ങുകഥകളുടെ പശ്ചാത്തലത്തിൽ കുട്ടികൾക്കായി അവതരിപ്പിക്കുകയാണ് നാരായണൻ കാവുമ്പായി.

കുട്ടികൾക്കു വായിക്കുവാനും വായിച്ചു കേൾക്കുവാനും ഏറെ പ്രയോജനകരമായ ഈ കഥാകഥനം ഞങ്ങൾ നിറഞ്ഞ മനസ്സോടെ അവതരിപ്പിക്കുന്നു.

ചിന്ത പബ്ലിഷേഴ്സ്

കാട്ടാളനും കവിയും

ആദികവിയായ വാല്മീകി ഒരു കാട്ടാളനായിരുന്നു. കാട്ടിൽ വേട്ടയാടിയും യാത്രക്കാരെ കൊള്ളയടിച്ചുമാണ് കഴിഞ്ഞിരുന്നത്. രത്നാകരൻ എന്നായിരുന്നു അക്കാലത്തെ പേര്.

ഒരു ദിവസം രത്നാകരന്റെ മുന്നിൽ ചില സന്ന്യാസിമാർ എത്തപ്പെട്ടു. കാട്ടിലൂടെയുള്ള സഞ്ചാരത്തിനിടയിൽ കാട്ടാളന്റെ മുമ്പിലകപ്പെട്ടത് സപ്തർഷികളായിരുന്നു. ഋഷിമാരെ രത്നാകരൻ തടഞ്ഞു നിർത്തി ആക്രമിക്കാൻ തുടങ്ങി.

സന്ന്യാസിമാരിൽ ഒരാൾ രത്നാകരനോട് ചോദിച്ചു:

"അല്ലയോ കാട്ടാളാ, നീ ചെയ്യുന്നത് മഹാപാപമാണ്. സഞ്ചാരികളെ ആക്രമിക്കുന്നത് കൊടും ക്രൂരതയാണ്."

"ഇതിലെന്തു പാപം? ഞാൻ എന്റെ കുടുംബം പുലർത്താൻ വേണ്ടി ചെയ്യുന്ന തൊഴിലാണിത്."

കൂസലെന്യേ കാട്ടാളൻ മറുപടി പറഞ്ഞു.

"എങ്കിൽ നീ ചെയ്യുന്ന പാപത്തിന്റെ പങ്കും നിന്റെ കുടുംബം അനുഭവിക്കാൻ തയ്യാറുണ്ടോ?" സന്ന്യാസി ചോദിച്ചു.

രത്നാകരന് സംശയമായി. ഭാര്യയും മക്കളും അതിനു തയ്യാറാവുമോ? അവരോട് അക്കാര്യം അന്വേഷിച്ച് വരാൻ സന്ന്യാസിമാർ പറഞ്ഞു. അതുവരെ തങ്ങൾ ഇവിടെ തന്നെ കാത്തിരി

ക്കാമെന്നും വാക്കു കൊടുത്തു. രത്നാകരൻ വീട്ടിലെത്തി ഭാര്യയോടും മക്കളോടും ചോദിച്ചു.

"നിങ്ങൾക്കുവേണ്ടിയാണ് ഞാൻ യാത്രക്കാരെ ആക്രമിക്കുകയും അവരുടെ സമ്പത്ത് പിടിച്ചു പറിക്കുകയും ചെയ്യുന്നത്. അത് പാപമാണത്രെ. സമ്പത്തിനൊപ്പം ആ പാപവും നിങ്ങൾ എല്ലാവരും പങ്കിട്ടെടുക്കുമല്ലോ."

"അവനവൻ ചെയ്യുന്ന പാപത്തിന്റെ ഫലം അവനവൻ തന്നെ അനുഭവിക്കണം. ഞങ്ങളെ അതിനു കിട്ടില്ല." രത്നാകരന്റെ ഭാര്യ പറഞ്ഞു.

അതു കേട്ടപ്പോൾ രത്നാകരനിൽ കുറ്റബോധമുണ്ടായി. ആരെ പോറ്റി വളർത്താനാണോ, താൻ പാപം ചെയ്യുന്നത്, അവർ തന്നെ തള്ളിപ്പറഞ്ഞിരിക്കുന്നു.

പശ്ചാത്താപത്തോടെ അയാൾ സന്ന്യാസിമാരുടെ അരികിലെത്തി. ചെയ്തുപോയ തെറ്റിന് എന്തെങ്കിലും പരിഹാരമുണ്ടോ എന്ന് അയാൾ സന്ന്യാസിമാരോട് ആരാഞ്ഞു.

"നിങ്ങൾ എന്റെ കണ്ണു തുറപ്പിച്ചു. ഇനിയൊരിക്കലും കൊള്ള നടത്തില്ല. നല്ല ജീവിതം നയിക്കാൻ ഞാൻ എന്തു ചെയ്യണം!"

സപ്തർഷിമാർക്ക് സന്തോഷമായി. സന്ന്യാസി പറഞ്ഞു.

"ആ കാണുന്ന മരങ്ങൾക്കിടയിലിരുന്ന് 'രാമ, രാമ' എന്ന് ജപിക്കുക. ഒരിക്കൽ ഞങ്ങൾ ഇതുവഴി വരും. അതുവരെ നാമജപം തുടരുക."

സന്ന്യാസിമാർ പോയി. രത്നാകരൻ കാട്ടിൽ നാമജപം തുടർന്നു. നാളുകൾ കഴിഞ്ഞു. അയാളെ മൺപുറ്റുവന്നു മൂടി. ഇതൊന്നും അയാൾ അറിഞ്ഞതേയില്ല.

അനേക നാളുകൾക്കുശേഷം സപ്തർഷികൾ ഒരിക്കൽ കൂടി ആ വഴി വന്നു. അവിടെയെത്തിയ സന്ന്യാസിമാർ രത്നാകരനെ അന്വേഷിച്ചെങ്കിലും കണ്ടില്ല.

കാതോർത്തപ്പോൾ പതിഞ്ഞ ശബ്ദത്തിൽ രാമനാമജപം കേൾക്കുന്നു. ചുറ്റും നോക്കി.

അരികിലതാ ഒരു മൺപുറ്റ്! അതിനുള്ളിൽ നിന്നാണ് നാമജപമുയരുന്നത്. സന്ന്യാസിമാർ മൺപുറ്റ് അടർത്തിമാറ്റി.

അതിൽ നിന്ന് തേജസ്വിയായ ഒരു സന്ന്യാസി ഉണർന്നെഴുന്നേറ്റു! വാല്മീകി.

വല്മീകം എന്നാൽ മൺപുറ്റ്. വല്മീകം പിളർന്നുണ്ടായ സന്ന്യാസിയെ സപ്തർഷികൾ 'വാല്മീകി' എന്നു വിളിച്ചു. രാമകഥ കാവ്യമായി രചിക്കാൻ അവർ വാല്മീകിയോട് പറഞ്ഞു. അദ്ദേഹം കാവ്യം രചിച്ചു. അതാണ് *വാല്മീകി രാമായണം* എന്ന ആദി കാവ്യം.

ഭാഷയ്ക്കൊരു പിതാവ്

നമ്മുടെ ഭാഷാപിതാവാണ് തുഞ്ചത്ത് രാമാനുജൻ എഴുത്തച്ഛൻ. സംസ്കൃതത്തിന്റെയും തമിഴിന്റെയും സ്വാധീനത്തിൽ നിന്ന് ഭാഷയെ മോചിപ്പിക്കുകയും തനിമയും നിലവാരവുമുള്ള മലയാളത്തിന് രൂപം കൊടുക്കുകയും ചെയ്ത മഹാപ്രതിഭയാണദ്ദേഹം.

എഴുത്തച്ഛനെപ്പറ്റി പല ഐതിഹ്യങ്ങളും പ്രചാരത്തിലുണ്ട്.

കുട്ടിക്കാലത്ത് അദ്ദേഹം പതിവായി തൃക്കണ്ടിയൂർ ശിവക്ഷേത്രത്തിൽ പോകുമായിരുന്നു. അവിടെ നമ്പൂതിരിമാർ വേദം ഓതുന്നതുകേട്ട്, കുട്ടി 'കാട്, കാട്' എന്ന് വിളിച്ചു പറയുമായിരുന്നുവത്രെ!

കുട്ടി പറയുന്നതിന്റെ അർത്ഥം നമ്പൂതിരിമാർക്ക് മനസ്സിലായി. തങ്ങൾ വേദം ഉച്ചരിക്കുന്നതിലെ തെറ്റിനെയാണ് ആ ബാലൻ പരിഹസിച്ചത്. വേദപണ്ഡിതരുടെ അബദ്ധങ്ങളെ പരിഹസിച്ച കുട്ടിയെ നമ്പൂതിരിമാർ ശിക്ഷിക്കുകയും ആട്ടിയോടിക്കുകയും ചെയ്തു.

എന്നാൽ ആ ബാലൻ അടങ്ങിയിരുന്നില്ല. പ്രമാണിമാരുടെ വിലക്കുകളെ വെല്ലുവിളിച്ചുകൊണ്ട് പഠിച്ചു. കിട്ടാവുന്ന ഗ്രന്ഥങ്ങളെല്ലാം തേടിപ്പിടിച്ച് വായിച്ചു.

പഠനത്തിനുശേഷം, എഴുത്തച്ഛൻ നാട്ടിൽ ഒരു കളരി കെട്ടി കുട്ടികളെ പഠിപ്പിച്ചു. ചക്കിൽ എണ്ണയാട്ടി ജീവിക്കുന്ന സമുദായത്തിലായിരുന്നു എഴുത്തച്ഛൻ ജനിച്ചത്. സാധാരണ കുടുംബത്തിൽ പിറന്നിട്ടും നമ്പൂതിരിമാരേക്കാൾ പണ്ഡിതനായി ത്തീർന്ന എഴുത്തച്ഛനെ അവർ അംഗീകരിച്ചിരുന്നില്ല. നമ്പൂതിരിമാർ പലവിധത്തിൽ അദ്ദേഹത്തെ പരിഹസിക്കുകയും ദ്രോഹിക്കുകയും ചെയ്തു.

ഒരു ദിവസം ചില ബ്രാഹ്മണ പണ്ഡിതർ കളരിക്കടുത്തെത്തി വിളിച്ചു ചോദിച്ചു:

"തുഞ്ചന്റെ ചക്കിൽ എത്ര ആടും?"

എഴുത്തച്ഛന്റെ കുലത്തൊഴിൽ ചക്കിൽ എണ്ണയാട്ടുകയായിരുന്നതുകൊണ്ട് എഴുത്തച്ഛനെ കൊച്ചാക്കാൻ ഉദ്ദേശിച്ചു കൊണ്ടാണ് അവർ അങ്ങനെ ചോദിച്ചത്. ചക്കിൽ ഒരു സമയം എത്ര പറ എള്ള് ആട്ടാം എന്നാണ് ചോദിച്ചതിന്റെ അർത്ഥം. ജാതിചൊല്ലി ആക്ഷേപിക്കാനുള്ള ഈ ചോദ്യത്തിന് മറുപടിയായി എഴുത്തച്ഛൻ പറഞ്ഞു:

"അടിയന്റെ ചക്കിൽ നാലും ആറും ആടും."

നാലു വേദങ്ങളും ആറു ശാസ്ത്രങ്ങളും താൻ പഠിച്ചിട്ടുണ്ടെന്നാണ് അദ്ദേഹം പറഞ്ഞതിന്റെ സാരം.

ഋക്, യജുസ്, സാമം, അഥർവ്വം എന്നിവയാണ് നാല് വേദങ്ങൾ. ശിക്ഷ, കല്പം, വ്യാകരണം, നിരുക്തം, ഛന്ദസ്, ജ്യോതിഷം എന്നീ ആറ് ശാസ്ത്രങ്ങൾ വേദപഠനത്തിന് ഉപയോഗിക്കുന്നവയാണ്. ഉരുളയ്ക്കുപ്പേരി പോലുള്ള എഴുത്തച്ഛന്റെ ഉത്തരത്തിനു മുന്നിൽ പണ്ഡിതശ്രേഷ്ഠർ ലജ്ജിച്ച് തലകുനിച്ചു.

ജാതിയുടെ പേരിൽ കടുത്ത അവഗണനയ്ക്കും അടിമത്തത്തിനും ഇരയായിരുന്നവരുടെ കൂട്ടത്തിലായിരുന്നു എഴുത്തച്ഛനും. നാട്ടിലെ ഇത്തരം അധഃപതനങ്ങൾക്കെതിരായി ധാർമ്മിക മൂല്യങ്ങൾ ഉയർത്തിക്കാട്ടാനാണ് അദ്ദേഹം തന്റെ കൃതികളിലൂടെ ശ്രമിച്ചത്.

പട്ടിണിമാറ്റിയ പാട്ട്

***കു**ചേലവൃത്തം വഞ്ചിപ്പാട്ട്* രചിച്ച കവിയാണ് രാമപുരത്തു വാര്യർ. ദാരിദ്ര്യം കൊണ്ട് ക്ലേശപൂർണ്ണമായിരുന്നു വാര്യരുടെ ജീവിതം. വീട്ടിനടുത്ത് ഒരു കുടിപ്പള്ളിക്കൂടം കെട്ടി അവിടെ കുട്ടികളെ പഠിപ്പിച്ച് കഴിഞ്ഞുകൂടുകയായിരുന്നു വാര്യർ.

കുടിപ്പള്ളിക്കൂടത്തിൽ നിന്ന് കിട്ടിയിരുന്ന തുച്ഛമായ വരുമാനം നിത്യച്ചെലവിനുപോലും തികയുമായിരുന്നില്ല. പട്ടിണിയും രോഗവും കൊണ്ട് വാര്യർ വലഞ്ഞു.

അങ്ങനെയിരിക്കെ, വൈക്കത്തപ്പനെ ഭജിച്ചു കഴിയാൻ അദ്ദേഹം തീരുമാനിച്ചു. വൈക്കം ക്ഷേത്രനടയിൽ ഇരുന്ന് ശ്ലോകങ്ങൾ കുത്തിക്കുറിച്ചു തുടങ്ങി.

മാർത്താണ്ഡവർമ്മ മഹാരാജാവ് തിരുവിതാംകൂർ ഭരിക്കുന്ന കാലമാണ്. ഒരു ദിവസം മഹാരാജാവ് ക്ഷേത്രദർശനത്തിനെത്തി.

വാര്യർ മഹാരാജാവിനെ കണ്ടുവണങ്ങി. എഴുതിക്കൂട്ടിയ ശ്ലോകങ്ങൾ മഹാരാജാവിന്റെ കാല്ക്കൽ സമർപ്പിച്ചു. വൈക്കത്തപ്പനെ സ്തുതിച്ചുകൊണ്ടെഴുതിയ കാവ്യം മാർത്താണ്ഡവർമ്മ വായിച്ചു. അദ്ദേഹത്തിന് സന്തോഷമായി.

രാജാവ് കവിയെ അഭിനന്ദിച്ചു. കൂടെ പോരാൻ കല്പിച്ചു.

കൊട്ടാരത്തിലേക്കുള്ള യാത്ര വഞ്ചിയിലാണ്. മഹാരാജാവിനൊപ്പം രാമപുരത്തുവാര്യരും വഞ്ചിയിൽ കയറി. യാത്ര തുടങ്ങി.

ചുറ്റിലുമുള്ള മനോഹരമായ കാഴ്ചകൾ കണ്ടുകൊണ്ടിരിക്കെ, മാർത്താണ്ഡവർമ്മ പറഞ്ഞു.

"എന്നാൽ ഇനിയൊരു വഞ്ചിപ്പാട്ടാവാം, അല്ലേ വാര്യരേ," വഞ്ചിപ്പാട്ടുണ്ടാക്കാനായിരുന്നു രാജകല്പന.

വാര്യർ വഞ്ചിപ്പാട്ടുണ്ടാക്കി ചൊല്ലാൻ തുടങ്ങി. മഹാരാജാവ് ആസ്വദിച്ച് കേട്ടിരുന്നു.

ഇടയ്ക്ക് കവിയെ പ്രോത്സാഹിപ്പിച്ചുകൊണ്ടിരുന്നു.

വഞ്ചി കൊട്ടാരത്തിനടുത്തെത്തിയപ്പോൾ കാവ്യരചനയും തീർന്നു.

വാര്യരുടെ താമസത്തിനും ഭക്ഷണത്തിനുമുള്ള ഏർപ്പാട് കൊട്ടാരത്തിലൊരുക്കി. അവിടെ താമസിച്ച് രാമപുരത്തുവാര്യർ *അഷ്ടപദി* പരിഭാഷപ്പെടുത്തി.

ഇതിനിടയിൽ, കവിയുടെയും കുടുംബത്തിന്റെയും ദാരിദ്ര്യത്തെപ്പറ്റി രാജാവ് മനസ്സിലാക്കി. ഉടനെ രാജാവ് രാമപുരത്തു വാര്യം പുതുക്കിപ്പണിയാനും കവിയുടെ കുടുംബത്തിന് സുഖമായി കഴിയാനുമുള്ള ഏർപ്പാടുകൾ ചെയ്തു.

കാവ്യരചന പൂർത്തിയായപ്പോൾ മഹാരാജാവ് വാര്യരെ നാട്ടിലേക്ക് യാത്രയാക്കി. നാട്ടിൽ തിരിച്ചെത്തിയ കവിക്ക് തന്റെ നാടും വീടും കണ്ട് വിശ്വസിക്കാനായില്ല.

എന്തൊരു മാറ്റം!

ദ്വാരകയിൽനിന്ന് മടങ്ങിയെത്തിയപ്പോൾ തന്റെ കുടിൽ കൊട്ടാരമായതു കണ്ട് അമ്പരന്ന കുചേലന്റെ അവസ്ഥയിലായിരുന്നു അപ്പോൾ രാമപുരത്തുവാര്യർ. ഈ കഥയാണ് *കുചേലവൃത്തം* വഞ്ചിപ്പാട്ടിൽ അദ്ദേഹം കാവ്യവല്ക്കരിച്ചത്.

നമ്പ്യാരും തുള്ളലും

പൊട്ടിച്ചിരികളുടെ മാലപ്പടക്കത്തിന് തിരികൊളുത്തുന്നവയാണ് മഹാകവി കുഞ്ചൻനമ്പ്യാരുടെ തുള്ളൽ കൃതികൾ.

സാധാരണക്കാരുടെ കഥകളിയെന്ന് അറിയപ്പെടുന്ന തുള്ളൽ പ്രസ്ഥാനത്തിന്റെ പിറവിയെക്കുറിച്ചുള്ള കഥയറിയാമോ?

അമ്പലപ്പുഴ ശ്രീകൃഷ്ണസ്വാമി ക്ഷേത്രത്തിൽ പതിവായി കൂത്ത് നടത്താറുണ്ട്. ചാക്യാരുടെ കൂത്തിന് മിഴാവ് കൊട്ടുന്നത് കുഞ്ചൻ നമ്പ്യാരാണ്.

തുടർച്ചയായ ദിവസങ്ങളിൽ കൂത്തുണ്ടായിരുന്നതിനാൽ നമ്പ്യാർക്ക് ഉറക്കക്ഷീണം കലശലായുണ്ട്.

ഒരു ദിവസം അമ്പലത്തിൽ കൂത്ത് നടന്നുകൊണ്ടിരിക്കുമ്പോൾ മിഴാവ് കൊട്ടുകയായിരുന്നു നമ്പ്യാർ. ക്ഷീണം കൊണ്ട് അല്പം ഉറങ്ങിപ്പോയി.

മിഴാവിൽ താളം പിഴച്ചു. ചാക്യാർ നമ്പ്യാരെ കളിയാക്കാൻ കിട്ടിയ അവസരം ശരിക്കും ഉപയോഗിച്ചു.

അദ്ദേഹം നമ്പ്യാരെ കണക്കിന് ആക്ഷേപിച്ചു. കാണികളുടെ മുമ്പിൽ വെച്ചുള്ള ഈ അധിക്ഷേപം പാവം നമ്പ്യാർ കേട്ടു സഹിച്ചു. അപമാനിതനായ അദ്ദേഹം തലതാഴ്ത്തി ഇറങ്ങിപ്പോയി.

ആ മാനഹാനി അദ്ദേഹത്തിന്റെ മനസ്സിൽ നെരിപ്പോട് പോലെ എരിഞ്ഞുകൊണ്ടിരുന്നു. ചാക്യാരോട് പകരം വീട്ടണം. അതിനെന്തു വഴി? നമ്പ്യാർ ആലോചിച്ചു.

ഉറക്കമില്ലാത്ത ആ രാത്രിയിൽ അദ്ദേഹം പുതിയൊരു കലാരൂപത്തിന് തുടക്കമിട്ടു. *കല്യാണസൗഗന്ധികം* കഥ തുള്ളൽ രൂപത്തിൽ എഴുതിയുണ്ടാക്കി.

തുള്ളലിന് ആവശ്യമായ വേഷവിധാനങ്ങളും തയ്യാറാക്കി. പിറ്റേദിവസം അമ്പലത്തിൽ കൂത്തു നടക്കുന്നു. അതേ സമയം ക്ഷേത്രമുറ്റത്ത് മേളക്കാരോടൊപ്പമെത്തി നമ്പ്യാർ പുതിയൊരു കലാരൂപം അവതരിപ്പിച്ചു.

പാട്ടും തുള്ളലും ചേർന്ന പുതിയ കലാരൂപത്തിൽ ഫലിതവും പരിഹാസവും നിറഞ്ഞു തുളുമ്പി.

കാണാനും കേൾക്കാനും ചിരിക്കാനും ചിന്തിക്കാനും ഏറെയുള്ള തുള്ളലിനു മുന്നിൽ കാണികൾ തിങ്ങിക്കൂടി. നാടകശാലയിലെ കൂത്തിനു മുന്നിലുണ്ടായിരുന്ന കാഴ്ചക്കാരെല്ലാം തുള്ളലിനു മുന്നിൽ തടിച്ചുകൂടി.

ചാക്യാർ ഇളിഭ്യനായി. അയാൾ ചെമ്പകശ്ശേരി രാജാവിനെ സമീപിച്ചു. നമ്പ്യാർക്കെതിരെ പരാതി പറഞ്ഞു.

“അമ്പലപ്പുഴ ക്ഷേത്രത്തിനുള്ളിൽ തുള്ളൽ പാടില്ല.”

രാജാവ് കല്പിച്ചു. ക്ഷേത്രത്തിനു പുറത്ത് നമ്പ്യാർ തുള്ളൽ അവതരിപ്പിച്ചു.

പുരുഷാരം തിങ്ങി നിറഞ്ഞു.

ജനകീയ കലാപ്രസ്ഥാനമായി തുള്ളൽ വളർന്നു. ഓട്ടൻ, പറയൻ, ശീതങ്കൻ എന്നിങ്ങനെ മൂന്നുവിധം തുള്ളലാണുള്ളത്.

പായസത്തിന്റെ കയ്പും പക്കത്തെ ഊണും

മലയാളത്തിന്റെ മണികിലുക്കമാണ് തുള്ളൽ കൃതികൾ. തുള്ളൽ പ്രസ്ഥാനത്തിന്റെ തുടക്കക്കാരനായ കുഞ്ചൻനമ്പ്യാർ നല്ല ഫലിത പ്രിയനായിരുന്നു.

കുഞ്ചൻനമ്പ്യാരുടെ നർമ്മത്തെയും പരിഹാസത്തെയും കുറിച്ച് നിരവധി കഥകളുണ്ട്.

ഒരിക്കൽ അമ്പലപ്പുഴയിൽ ഒരു സദ്യയുണ്ടായിരുന്നു. പല പ്രമുഖർക്കുമൊപ്പമിരുന്ന് സദ്യ ആസ്വദിക്കുകയാണ് കുഞ്ചൻ നമ്പ്യാർ. അരികിൽ അമ്പലപ്പുഴ മഹാരാജാവുമുണ്ട്.

രാജാവിനെ സ്തുതിക്കുന്നതിൽ കവികളും പണ്ഡിതരും മത്സരിക്കുന്ന കാലമായിരുന്നു അത്. എന്നാൽ ആരുടെ മുമ്പിലും സ്വന്തം അഭിപ്രായം വെട്ടിത്തുറന്നു പറയുന്ന സ്വഭാവമായിരുന്നു കുഞ്ചൻ നമ്പ്യാരുടേത്.

ഉണ്ടുകൊണ്ടിരിക്കുന്നതിനിടയിൽ, മഹാരാജാവ് ഒന്നു നിവർന്നിരുന്ന് നമ്പ്യാരെ നോക്കി പറഞ്ഞു:

“ഇന്നത്തെ പായസത്തിന് അല്പം കയ്പുണ്ട് അല്ലേ നമ്പ്യാരേ?”

ഊണ് കഴിച്ചുകൊണ്ടിരിക്കുന്ന പണ്ഡിതന്മാരെല്ലാം രാജാവ് പറഞ്ഞത് ശരിവെച്ചു.

"ശരിയാണ്. പായസത്തിന് കയ്പുണ്ട്." അവരെല്ലാം ഊണു മതിയാക്കി ഇല മടക്കി.

ഇതൊന്നുമറിയാത്ത മട്ടിൽ നമ്പ്യാർ ആസ്വദിച്ച് കഴിക്കുകയാണ്.

ഇതു കണ്ട് രാജാവ് പറഞ്ഞു:

"എന്താ, കുഞ്ചന് കയ്ക്കുന്നില്ല, എന്നുണ്ടോ?"

"ഉണ്ടുണ്ട്, കയ്പുണ്ട്. പാലിന്റെയും പഞ്ചസാരയുടെയും കയ്പാണ് അത്. പായസത്തിന്റെ ഈ കയ്പ് അടിയന് വലിയ ഇഷ്ടമാണ്."

ഇലയിൽ നിന്ന് മുഖമുയർത്താതെ ഇത്രയും പറഞ്ഞ് നമ്പ്യാർ പായസം കഴിച്ചുകൊണ്ടിരുന്നു.

മറ്റൊരു ദിവസം രാജാവിനൊപ്പം നമ്പ്യാർ നടക്കാനിറങ്ങിയതായിരുന്നു. വഴിയരികിൽ ഒരു പശു ദ്രവരൂപത്തിൽ വിസർജിച്ചിരിക്കുന്നതു കണ്ടപ്പോൾ നമ്പ്യാർ ഇങ്ങനെ പറഞ്ഞു:

"എന്താ, പയ്യേ...നിനക്കും പക്കത്താണോ ഊണ്?"

കൊട്ടാരത്തോടനുബന്ധിച്ചുള്ള പക്കത്തായിരുന്നു നമ്പ്യാരുൾപ്പെടെയുള്ള കവികൾക്കും മറ്റും ഭക്ഷണം ഒരുക്കിയിരുന്നത്. അവിടത്തെ ഭക്ഷണം വളരെ മോശമാണെന്നും അതു കഴിച്ചാൽ വയറിളക്കം പിടിപെടുമെന്നുമുള്ള കാര്യം അറിയിക്കുകയായിരുന്നു നമ്പ്യാരുടെ ഉദ്ദേശ്യം. സഹൃദയനായ രാജാവിന് കാര്യം മനസ്സിലായി. പരിഹാരം കാണുകയും ചെയ്തു.

കാതിലോല നല്ലതാളി

തിരുവനന്തപുരത്തെ ദർപ്പക്കുളത്തിൽ കുളിക്കാനെത്തിയതായിരുന്നു കുഞ്ചൻനമ്പ്യാർ. ആ സമയം ഒരു ബ്രാഹ്മണ സ്ത്രീയും അവരുടെ തോഴിയും അതുവഴി പോകുകയായിരുന്നു. യജമാനത്തിയുടെ കാതിൽ ലോലാക്ക് ഉണ്ടായിരുന്നു. തോഴിയുടെ കൈയിൽ തേച്ചുകുളിക്കാനുള്ള താളിയും.

എതിരെ വന്ന ഉണ്ണായിവാര്യർ സ്ത്രീകളെ കണ്ട് ഒരു നിമിഷം നിന്നു. അവരുടെ സൗന്ദര്യത്തെക്കുറിച്ച് തന്നത്താൻ ഉച്ചത്തിൽ ഇങ്ങനെ പറയുകയും ചെയ്തു.

"കാതിലോല?"

കേട്ടു നിന്ന നമ്പ്യാർ ഉടനെ മറുപടി പറഞ്ഞു.

"നല്ലതാളി."

കടന്നുപോയ സ്ത്രീകളിൽ ആരാണ് 'കൂടുതൽ സുന്ദരി' (കാ അതി ലോല?) എന്ന തന്റെ സംശയത്തിന് 'നല്ലത് തോഴി' (നല്ലത് ആളി) എന്ന് ഇത്ര ഭംഗിയായി ഉത്തരം നല്കിയ രസികൻ ആരായിരിക്കാമെന്ന് വാര്യർ ആരാഞ്ഞു. ഉചിതമായ ഉത്തരം നല്കിയ ആൾ നിസ്സാരനല്ലെന്നു നിശ്ചയം.

വാര്യർ നമ്പ്യാരുടെ അടുത്തു ചെന്ന് പരിചയപ്പെട്ടു. രണ്ടു മഹാകവികളുടെ സംഗമമായിരുന്നു അത്.

ചക്കി പത്തായത്തിൽ

തോലൻ, അതുലൻ, കോലൻ തുടങ്ങിയ പേരുകളിൽ അറിയപ്പെട്ടിരുന്ന ഒരു രസികനായ കവി നമുക്ക് ഉണ്ടായിരുന്നു. കൂടിയാട്ടത്തിന്റെ പരിഷ്കർത്താവായ തോലൻ. പച്ചമലയാളത്തിലെ ആദ്യത്തെ കവി കൂടിയാണ് അദ്ദേഹം.

കേരളപ്പെരുമാളായിരുന്ന കുലശേഖരവർമ്മ രാജാവിന്റെ ആസ്ഥാന കവിയായിരുന്ന തോലനെക്കുറിച്ച് രസകരമായ അനേകം കഥകളുണ്ട്.

ഉപനയനം കഴിഞ്ഞ് ബ്രഹ്മചാരിയായിരിക്കുമ്പോൾ തോൽ പൊട്ടിച്ചെറിഞ്ഞതിനാലാണത്രെ തോലൻ എന്ന് കവിക്ക് പേര് കിട്ടിയത്. തോലൻ കുട്ടിയായിരിക്കുമ്പോൾ തന്നെ അച്ഛൻ മരിച്ചു. വിധവയായ അമ്മയും ചക്കി എന്ന ഒരു വേലക്കാരിയുമാണ് തോലന്റെ വീട്ടിലുണ്ടായിരുന്നത്. ചക്കി തരം കിട്ടിയാൽ എന്തെങ്കിലും മോഷ്ടിക്കുമായിരുന്നു.

ഒരു ദിവസം തോലൻ ചോറുണ്ണുന്ന നേരം. അമ്മ അടുക്കളയിലാണ്. ചക്കി പമ്മിപ്പമ്മി വന്ന് പത്തായത്തിൽ കയറുന്നത് തോലൻ കണ്ടു.

ഉപനയനം കഴിഞ്ഞ ബ്രഹ്മചാരികൾ ഊണുകഴിക്കുമ്പോൾ സംസാരിക്കാൻ പാടില്ലെന്നായിരുന്നു വിശ്വാസം. നിവൃത്തിയി

ല്ലാതെ വന്നാൽ ദേവഭാഷയായ സംസ്കൃതത്തിൽ സംസാരിക്കാം. തോലന് സംസ്കൃതത്തിൽ വലിയ പിടിപാടില്ലാത്തതിനാൽ മിണ്ടില്ലെന്നാണ് ചക്കി വിചാരിച്ചത്.

"പനസി ദശായാം പാശി" തോലൻ അമ്മയോട് വിളിച്ചു പറഞ്ഞു.

പനസം എന്നാൽ ചക്ക. പനസി ചക്കി. ദശം പത്ത്. ദശായാം പത്തായം എന്ന് സാരം. പാശം കയറ്. പാശി കയറി.

'ചക്കി പത്തായത്തിൽ കയറി.' എന്നാണ് തോലൻ ഉദ്ദേശിച്ചത്.

മകനെ നന്നായി അറിയാവുന്ന അമ്മയ്ക്ക് ഈ വികടസരസ്വതിയുടെ അർത്ഥം മനസ്സിലാക്കാൻ ബുദ്ധിമുട്ടുണ്ടായില്ല. അവർക്ക് കാര്യം പിടികിട്ടി. അമ്മ വേഗം പത്തായപ്പുരയിലെത്തി ചക്കിയെ കൈയോടെ പിടികൂടി. തക്ക ശിക്ഷയും നല്കി.

ഇങ്ങനെയൊക്കെയാണെങ്കിലും തോലന് ചക്കിയെ ഇഷ്ടമായിരുന്നു. അവരെ പിന്നീട് തോലകവി വിവാഹം ചെയ്തുവത്രെ.

ചെറുശ്ശേരിയും കൃഷ്ണഗാഥയും

ശ്രീകൃഷ്ണചരിതത്തെ ആധാരമാക്കി മലയാളത്തിലുണ്ടായ ആദ്യത്തെ മഹാകാവ്യമാണ് ചെറുശ്ശേരിയുടെ *കൃഷ്ണഗാഥ.*

ഈ കാവ്യത്തിന്റെ പിറവിക്കു പിന്നിലുള്ള കഥ പ്രസിദ്ധമാണ്.

ചെറുശ്ശേരി നമ്പൂതിരി ജീവിച്ചിരുന്നത് പതിനഞ്ചാം നൂറ്റാണ്ടിലാണ്. വടക്കൻ കേരളത്തിലെ കുറുമ്പ്രനാട് താലൂക്കിലെ വടകരയാണത്രെ ജന്മസ്ഥലം. ഇതിനെക്കുറിച്ച് വ്യത്യസ്ത അഭിപ്രായങ്ങളുണ്ട്.

കുറേക്കാലം ചെറുശ്ശേരി കോലത്തുനാട്ടിൽ ഉദയവർമ്മ രാജാവിന്റെ ആശ്രിതനായി കഴിഞ്ഞു കൂടിയിരുന്നു. രാജാവിന്റെ വിശ്വസ്തനായ സുഹൃത്തായിരുന്നു ചെറുശ്ശേരി.

അക്കാലത്തൊരിക്കൽ രാജാവും ചെറുശ്ശേരിയും ചതുരംഗം കളിച്ചുകൊണ്ടിരിക്കുകയായിരുന്നു. രാജ്ഞി തൊട്ടടുത്ത് തൊട്ടിലിൽ കിടക്കുന്ന കുഞ്ഞിനെ താരാട്ടുപാടി ഉറക്കിക്കൊണ്ടിരിക്കുന്നു. ചതുരംഗത്തിൽ സമർത്ഥയായിരുന്നു അവർ. കളിയിലും ശ്രദ്ധിക്കുന്നുണ്ടായിരുന്നു.

ചെറുശ്ശേരിയുമായുള്ള കളിയിൽ രാജാവിന് നീക്കം മുട്ടി. തോല്ക്കുമെന്ന നിലയായി.

ഈ ഘട്ടത്തിൽ രാജ്ഞി ഇങ്ങനെ പാടി:

"ഉന്തുന്തു ന്തുന്തുന്തു
ന്തുന്തുന്തു ന്തുന്തുന്തു -
ന്തുന്തുന്തു ന്തുന്തുന്തു
ന്താളെയുന്ത്..."

രാജാവിന് കാര്യം പിടികിട്ടി. അദ്ദേഹം കാലാൾ കരുവിനെ നീക്കി. ആ ഒറ്റ നീക്കത്തിലൂടെ രാജാവ് ജയിക്കുകയും ചെയ്തു.

കളിയിൽ ജയിച്ചിട്ടും രാജാവിന്റെ മനസ്സിൽ നിന്ന് ആ താരാട്ടു പാട്ടിന്റെ ഈണം വിട്ടുപോയില്ല.

അദ്ദേഹം ചെറുശ്ശേരിയോട് പറഞ്ഞു:

"മഹാറാണി പാടിയ താരാട്ടിന്റെ ഈണത്തിൽ ശ്രീകൃഷ്ണ കഥ പാട്ടായി രചിച്ചാലോ ചെറുശ്ശേരീ."

"അങ്ങനെയാവാം."

ചെറുശ്ശേരിക്കും സന്തോഷമായി. അദ്ദേഹം കാവ്യ രചന ആരംഭിച്ചു. ഭാഗവതം ദശമസ്കന്ദത്തിലെ ശ്രീകൃഷ്ണാവതാരത്തെക്കുറിച്ചുള്ള കഥയാണ് ചെറുശ്ശേരി *കൃഷ്ണഗാഥ*യിൽ വിവരിച്ചത്.

"പാലാഴി മാതുതാൻ
പാലിച്ചുപോരുന്ന-
കോലാധിനാഥനുദയവർമ്മൻ
ആജ്ഞയെച്ചെയ്കയാ-
ലജ്ഞനായുള്ള ഞാൻ
പ്രാജ്ഞനെന്നിങ്ങനെ-
ഭാവിച്ചിപ്പോൾ..."

എന്നിങ്ങനെ ഉദയവർമ്മനെ *കൃഷ്ണഗാഥ*യിൽ കവി ഓർമ്മിക്കുന്നുണ്ട്.

കൃഷ്ണനാട്ടവും രാമനാട്ടവും

കഥകളിയുടെ പഴയ രൂപങ്ങളിലൊന്നാണ് *രാമനാട്ടം*. ഈ കലാരൂപമുണ്ടായതിനു പിന്നിൽ ഒരു കഥയുണ്ട്.

ഒരിക്കൽ കൊട്ടാരക്കര കൊട്ടാരത്തിൽ ഒരു വിവാഹത്തിനുള്ള ഒരുക്കങ്ങൾ നടക്കുകയാണ്. വിവാഹത്തിന് *കൃഷ്ണനാട്ടം* അവതരിപ്പിച്ചാൽ നന്നാവുമെന്ന് കൊട്ടാരത്തിലുള്ളവർക്ക് തോന്നി.

കോഴിക്കോട് മാനവേദൻ രാജാവിനാണ് കൃഷ്ണനാട്ട സംഘമുള്ളത്.

കൊട്ടാരക്കര രാജാവ് ഒരു കത്തുമായി കോഴിക്കോട്ടേക്ക് ദൂതനെ അയച്ചു. പുതിയ കലാരൂപമായ *കൃഷ്ണനാട്ടം* അവതരിപ്പിക്കാൻ സംഘത്തെ അയച്ചുതരണമെന്നാവശ്യപ്പെട്ടാണ് കത്ത്.

കത്തുവായിച്ച മാനവേദൻ രാജാവ് ഒരു പരിഹാസച്ചിരിയോടെ പറഞ്ഞു:

"*കൃഷ്ണനാട്ടം* കണ്ട് രസിക്കാനുള്ള അറിവൊന്നും തെക്കുള്ളവർക്കില്ല. അതുകൊണ്ട് സംഘത്തെ അയയ്ക്കാൻ പറ്റില്ല."

ദൂതൻ ഈ വിവരം കൊട്ടാരത്തിൽ അറിയിച്ചു. കൊട്ടാരക്കരത്തമ്പുരാന് അമർഷം അടക്കാനായില്ല.

മാനവേദരാജാവിന്റെ പരിഹാസത്തിന് മറുപടി കൊടുത്തേ

മതിയാവൂ.

തമ്പുരാന് വാശിയായി. അദ്ദേഹം രാമകഥ നൃത്തകാവ്യരൂപത്തിൽ ചിട്ടപ്പെടുത്തി. അതാണ് *രാമനാട്ടം*. എട്ടു ഭാഗങ്ങളുണ്ട് *രാമനാട്ട*ത്തിന്.

പില്ക്കാലത്ത് *രാമനാട്ട*വും *കൃഷ്ണനാട്ട*വും യോജിപ്പിച്ചുകൊണ്ട് പുതിയൊരു നൃത്തകലാരൂപം പിറവിയെടുത്തു. അതാണ് വിശ്വപ്രസിദ്ധമായ കഥകളി; കേരളത്തിന്റെ അഭിമാനമായ കലാരൂപം.

പ്രകൃതിയുടെ സംഗീതം

ഒരു ദിവസം രബീന്ദ്രൻ വീടിനടുത്തുള്ള കുന്നിൻ ചെരിവിലേക്ക് നോക്കിയിരിക്കുകയായിരുന്നു. നോക്കെത്താ ദൂരത്തോളം നീണ്ടു കിടക്കുന്ന പുൽമേടുകൾ. അക്കരെ കടൽപോലെ നീലാകാശം. ഇടയ്ക്ക് ഉയർന്നു നില്ക്കുന്ന പൂമരങ്ങൾ. കളകളം പാടുന്ന കൊച്ചരുവി. കിളികൾ ചുറ്റിലും പാടുന്നു.

ആ ബാലന്റെ മനസ്സ് സന്തോഷംകൊണ്ട് നിറഞ്ഞു. പരിസരം മറന്ന് അവൻ പ്രകൃതിയിൽ ലയിച്ചിരുന്നു.

അമ്മ അവനെ വിളിക്കുന്നുണ്ടായിരുന്നു. രബീന്ദ്രൻ കേട്ടതേയില്ല. മകനെത്തേടി അമ്മ പരിസരങ്ങളിലെല്ലാം നടന്നു.

പരിഭ്രമത്തോടെ ഓടി നടന്ന അവർ ഒടുവിൽ മകനെ കണ്ടു. ഒരിടത്ത് പ്രതിമ കണക്കെ ഇരിക്കുന്നു! ഓടിച്ചെന്ന് അവർ അവനെ കുലുക്കി വിളിച്ചു.

"മോനേ, നിനക്കെന്തു പറ്റീ?"

"അമ്മേ... നോക്കൂ അങ്ങകലെ ചാഞ്ഞിറങ്ങുന്ന ആകാശം. അരുണിമയാർന്ന ആകാശത്തിന് എന്തുഭംഗിയാണ്? അതിനുമപ്പുറം എന്തായിരിക്കും?"

മകന്റെ ചോദ്യം കേട്ട് അമ്മ അവനെത്തന്നെ നോക്കി നിന്നു.

"അമ്മേ, ഇത്ര മനോഹരങ്ങളായ മരങ്ങളും അതിലെ

പൂക്കളും ആരാണ് ഉണ്ടാക്കിയത്? ആ പർവ്വതങ്ങളും താഴ്‌വരകളും എത്ര സുന്ദരമാണ്!"

"മതി, മതി. നിന്റെ ഭ്രാന്ത്!" അമ്മ മകനെ ശാസിച്ചു.

ഒരു ദിവസം രാവിലെ അമ്മ ഉണർന്നപ്പോൾ രബീന്ദ്രനെ കാണാനില്ല. മകനെ അന്വേഷിച്ച് അവർ വീട്ടിലും പരിസരങ്ങളിലും ഓടിനടന്നു. വീട്ടുപറമ്പിന്റെ അതിർത്തിയിൽ ഒരു മരക്കൊമ്പിലേക്ക് നോക്കി നില്ക്കുകയായിരുന്നു അവൻ.

അരികിലേക്ക് ഓടിയെത്തിയ അമ്മയോട് അവൻ ചോദിച്ചു.

"അമ്മ ആ പാട്ട് കേൾക്കുന്നുണ്ടോ? എന്ത് സുഖമാണത് കേൾക്കുമ്പോൾ."

അമ്മ ചുറ്റിലും നോക്കി. പ്രത്യേകിച്ച് ഒന്നും കാണാനും കേൾക്കാനുമില്ല.

"അത് പ്രകൃതിയുടെ പാട്ടായിരിക്കും. അല്ലേ അമ്മേ, അതെനിക്ക് നന്നായി കേൾക്കാം." അമ്മ അത്ഭുതത്തോടെ മകനെ നോക്കി നിന്നുപോയി.

പ്രകൃതിയുടെ സംഗീതത്തിന് കാതോർത്ത ആ ബാലനാണ് പിന്നീട് വിശ്വകവിയായി വളർന്ന രബീന്ദ്രനാഥ ടാഗോർ.

ഔവ്വയാറും ഇടയബാലനും

പ്രസിദ്ധയായ തമിഴ് കവിയായിരുന്നു ഔവ്വയാർ. അറിവും അനുഭവവും കൊണ്ട് അനുഗൃഹീതയായ ഔവ്വയാർ മുത്തശ്ശിയെക്കുറിച്ച് ധാരാളം കഥകളുണ്ട്.

ഒരിക്കൽ ഔവ്വയാർ മുത്തശ്ശി മലഞ്ചെരിവിലൂടെ സഞ്ചരിക്കുകയായിരുന്നു. കത്തിക്കാളുന്ന വെയിലിൽ ഉച്ചത്തിൽ കീർത്തനങ്ങൾ ചൊല്ലിക്കൊണ്ടാണ് യാത്ര. വിശപ്പുംദാഹവും കൊണ്ട് ഔവയാർ വലഞ്ഞു. എന്തെങ്കിലും കഴിക്കാൻ കിട്ടിയിരുന്നെങ്കിൽ!

അപ്പോഴാണ് മലഞ്ചെരിവിൽ വലിയൊരു ഞാവൽ മരം മുത്തശ്ശിയുടെ കണ്ണിൽ പെട്ടത്. അതിൽ ഞാവൽപ്പഴങ്ങൾ കുലകുലയായി കിടക്കുന്നു! കിളികളും അണ്ണാറക്കണ്ണന്മാരും ഞാവൽപ്പഴം തിന്ന് കലപില കൂട്ടുന്നു. ഔവ്വയാർ മുത്തശ്ശി കൊതിയോടെ മരത്തിനടുത്തെത്തി.

"എന്താ, മുത്തശ്ശീ. ഞാവൽപ്പഴം തിന്നാൻ കൊതിയുണ്ടോ?" മരത്തിനു മുകളിൽ നിന്നാണ് ചോദ്യം.

മുത്തശ്ശി മുകളിലേക്ക് നോക്കി. അതാ, ഏറ്റവും ഉയരത്തിലുള്ള ചില്ലയിലിരുന്ന് ഒരു ഇടയച്ചെറുക്കൻ ചിരിക്കുന്നു!

"ഉണ്ണീ, എനിക്ക് വിശക്കുന്നു. ഒരുകുല ഞാവൽപ്പഴം കിട്ടി

യാൽ നന്നായി." മുത്തശ്ശി അവനോടു പറഞ്ഞു.

"ഓഹോ, എത്ര കുല വേണമെങ്കിലും തരാമല്ലോ. മുത്തശ്ശിക്ക് തണുത്ത പഴം വേണോ ചൂടുള്ള പഴം വേണോ?"

ഒരു കുസൃതിച്ചിരിയോടെ ഇടയബാലൻ ആരാഞ്ഞു.

"എന്ത്! ചൂടുള്ള പഴമോ? ഞാവൽ മരത്തിലെങ്ങനെയാണ് ചൂടുള്ള പഴം ഉണ്ടാവുക." മുത്തശ്ശിക്ക് ആശ്ചര്യമായി.

"അതെ മുത്തശ്ശി, ചൂടുള്ള പഴങ്ങളുണ്ട്. ഇത്രയേറെ അറിവുണ്ടായിട്ടും മുത്തശ്ശിക്ക് ഇക്കാര്യം അറിഞ്ഞുകൂടെന്നോ? കഷ്ടം."

"നീ എന്നെ പരിഹസിക്കാതെ പഴങ്ങൾ താഴേക്കിട്ടു തരൂ, മോനേ."

"പരിഹസിച്ചതല്ല മുത്തശ്ശീ, നേരാണ് ഞാൻ പറഞ്ഞത്. ഇതാ, ചൂടുള്ള പഴങ്ങൾ പിടിച്ചോളൂ." ബാലൻ ഇത്രയും പറഞ്ഞ് മരക്കൊമ്പ് ശക്തിയായി പിടിച്ചുലയ്ക്കാൻ തുടങ്ങി.

'ചടപടാ'യെന്ന് ഞാവൽ പഴങ്ങൾ താഴെ പൊടിമണ്ണിലേക്ക് വീണു.

വിശപ്പുകൊണ്ട് പൊറുതി മുട്ടിയ ഔവ്വയാർ വേഗം ഞാവൽപ്പഴങ്ങൾ പെറുക്കിയെടുത്തു. പൊടിമണ്ണ് ഊതിക്കളഞ്ഞ് തിന്നുകയും ചെയ്തു.

ഇങ്ങനെ ഊതിയൂതി കുറേയെണ്ണം അകത്താക്കി.

അപ്പോൾ മുകളിൽനിന്ന് ഇടയബാലന്റെ ചോദ്യം വീണ്ടും വന്നു.

"മുത്തശ്ശീ, ഞാവൽപ്പഴത്തിന് ചൂടുണ്ടെന്ന് ഇപ്പോൾ മനസ്സിലായില്ലേ?"

"ഹയ്യട, എനിക്കൊരു ചൂടും തോന്നിയില്ല. ഉണ്ണീ നിനക്ക് വട്ടാണെന്ന് തോന്നുന്നു."

ഔവ്വയാർ മറുപടി പറഞ്ഞു.

"ചൂടില്ലാഞ്ഞിട്ടാണോ മുത്തശ്ശി പഴങ്ങൾ ഊതിയൂതി തിന്നത്?"

അവൻ ജേതാവിനെപ്പോലെ ചിരിച്ചു.

അപ്പോഴാണ് തനിക്ക് പറ്റിയ അമളി ഔവ്വയാറിന് മനസ്സി

ലായത്. അനേകം പണ്ഡിതന്മാരെ തർക്കിച്ചു തോല്പിച്ച താൻ ഈ ഇടയബാലന്റെ മുന്നിൽ പരാജയപ്പെട്ടിരിക്കുന്നുവെന്ന് അവർക്ക് ബോദ്ധ്യമായി.

"അമ്പടാ, ഉണ്ണീ, നീ എന്നെ തോല്പിച്ചു കളഞ്ഞല്ലോ. മിടുമിടുക്കൻ തന്നെ നീ." ആ ഇടയബാലനെ അനുഗ്രഹിച്ചുകൊണ്ട് ഔവ്വയാർ യാത്ര തുടർന്നു.

ഭക്തിയും വിഭക്തിയും

ഭക്തകവിയായിരുന്നു പൂന്താനം. ജീവിത തത്ത്വങ്ങൾ ലളിതമായി കവിതയിലാവിഷ്കരിച്ച അദ്ദേഹത്തിന്റെ *ജ്ഞാനപ്പാന* നമ്മുടെ കാവ്യചരിത്രത്തിലെ അമൂല്യമായ സമ്പത്താണ്.

ശ്രീകൃഷ്ണഭക്തനായ പൂന്താനം ഒരു ദിവസം ഗുരുവായൂർ ക്ഷേത്രത്തിൽ തൊഴാനെത്തി. ശ്രീകോവിലിന് വലം വെച്ചുകൊണ്ടിരിക്കവെ മുന്നിൽ നടന്നു നീങ്ങുന്ന മേൽപ്പത്തൂർ നാരായണ ഭട്ടതിരിയെ കാണാൻ ഇടയായി.

പൂന്താനത്തിന് സന്തോഷമായി. കവിയും പണ്ഡിതനുമാണ് മേൽപ്പത്തൂർ. *നാരായണീയം* എന്ന പ്രസിദ്ധമായ സംസ്കൃത കാവ്യത്തിന്റെ രചയിതാവ്.

മലയാളത്തിൽ താൻ എഴുതിയ കവിതകൾ മേൽപ്പത്തൂരിനെ കാണിച്ച് ആവശ്യമായ തിരുത്തലുകൾ വരുത്താം. പൂന്താനം വിചാരിച്ചു.

ആദരവോടെ പൂന്താനം മേൽപ്പത്തൂരിനെ സമീപിച്ചു.

"ഞാൻ ഏതാനും വരികൾ കുത്തിക്കുറിച്ചിട്ടുണ്ട്. മലയാളത്തിലാണ്. ഇതിലെ പിഴവുകൾ തീർത്തു തന്നാൽ ഞാൻ കൃതാർത്ഥനായി." വിനീതനായി പൂന്താനം മേൽപ്പത്തൂരിനോട് അപേക്ഷിച്ചു. കാവ്യഗ്രന്ഥം അദ്ദേഹത്തിനു നേരെ നീട്ടി.

മേൽപ്പത്തൂർ ആ സാധു ബ്രാഹ്മണനെ നോക്കി. ആ കണ്ണുകളിൽ പുച്ഛരസമായിരുന്നു.

"ഭാഷാകാവ്യമോ? അതിൽ പിഴവല്ലാതെ മറ്റെന്താണുണ്ടാവുക. നമ്മുടെ സമയം മെനക്കെടുത്താതെ മറ്റു വല്ലവരെയും കാട്ടികൊള്ളുക."

നീരസത്തോടെ മേൽപ്പത്തൂർ പറഞ്ഞു.

അവഗണനയും പരിഹാസവും പൂന്താനത്തെ തളർത്തി. വേദനയോടെ ആ പാവം ബ്രാഹ്മണൻ ക്ഷേത്രസന്നിധിയിൽ നിന്ന് ഇറങ്ങി നടന്നു.

പൂന്താനത്തിന് സങ്കടം സഹിക്കാനായില്ല. അന്ന് അത്താഴം പോലും കഴിക്കാതെ ആ സാധു ബ്രാഹ്മണൻ ഗുരുവായൂരപ്പനെ ഭജിച്ചു.

അന്നു രാത്രി ഒരു സന്ന്യാസി മേൽപ്പത്തൂരിന്റെ സ്വപ്നത്തിലെത്തി.

നാരായണീയം കേൾക്കട്ടെ. സന്ന്യാസി മേൽപ്പത്തൂരിനോട് കാവ്യം ചൊല്ലാൻ ആവശ്യപ്പെട്ടു.

ഭട്ടതിരിപ്പാട് ചൊല്ലിത്തുടങ്ങി. ചൊല്ലും തോറും തെറ്റിക്കൊണ്ടിരുന്നു. അദ്ദേഹം പരിഭ്രമിച്ചു. തനിക്ക് പിഴവ് പറ്റില്ല എന്ന അഹങ്കാരം മാറി.

"മേൽപ്പത്തൂരിന്റെ വിഭക്തിയേക്കാൾ പൂന്താനത്തിന്റെ ഭക്തിയാണ് എനിക്കിഷ്ടം." സന്ന്യാസി മേൽപ്പത്തൂരിനോട് പറഞ്ഞു. സ്വപ്നത്തിലെ സന്ന്യാസി സാക്ഷാൽ ഭഗവാൻ തന്നെയാണെന്ന് മേൽപ്പത്തൂർ കരുതി. രാവിലെ പൂന്താനത്തെ അപമാനിച്ചയച്ച സംഭവം അദ്ദേഹത്തിന്റെ ഓർമ്മയിലെത്തി. അതിൽ അദ്ദേഹത്തിന് കുറ്റബോധം തോന്നി.

അജ്ഞതയിൽ നിന്ന് അറിവിലേക്ക്

ആട്ടക്കഥാസാഹിത്യത്തിൽ അതുല്യ സംഭാവനകൾ ചെയ്ത കവിയാണ് കോട്ടയത്തു തമ്പുരാൻ. ബ്രിട്ടീഷ് മലബാറിന്റെ വടക്കേ അറ്റത്തുള്ള താലൂക്കുകളിൽ ഒന്നാണ് കോട്ടയം. അവിടത്തെ രാജകുടുംബത്തിലാണ് കഥകളിയെ നവീകരിച്ച കോട്ടയത്തു തമ്പുരാൻ ജീവിച്ചിരുന്നത്.

കുട്ടിക്കാലത്ത് രാജകുമാരന് പറ്റിയ അബദ്ധത്തെക്കുറിച്ച് ഒരു കഥയുണ്ട്.

പഠിത്തത്തിൽ കുമാരന് ശ്രദ്ധ നന്നേ കുറവായിരുന്നു. ധാരാളം പണ്ഡിതരും പ്രഗത്ഭരും ജീവിച്ചിരുന്ന കൊട്ടാരത്തിൽ അനന്തരാവകാശിയായ കുമാരന്റെ സ്ഥിതിയോർത്ത് രാജ്ഞി ഏറെ ദുഃഖിച്ചു. അറിവും അനുഭവജ്ഞാനവുമുള്ള അവർ കുമാരനെ പഠിപ്പിക്കാൻ വിദ്വാന്മാരെ വരുത്തി. ഫലമുണ്ടായില്ല. മന്ദബുദ്ധിയെപ്പോലെയാണ് കുമാരന്റെ പെരുമാറ്റം. വിദ്യയഭ്യസിക്കുന്നതിൽ ഒരു താല്പര്യവുമില്ല.

കാര്യപ്രാപ്തിയും നന്നേ കുറവ്.

അക്കാലത്ത് ഒരു ദിവസം കോഴിക്കോട്ട് സാമൂതിരി തമ്പുരാൻ അന്തരിച്ചു. കൊട്ടാരത്തിൽ ചെന്ന് അനുശോചനം അറിയിക്കുകയും കാര്യങ്ങൾ അന്വേഷിക്കുകയും ചെയ്യേണ്ടതാണ്. മുറ

പ്രകാരം കുമാരനാണ് കോഴിക്കോട്ട് പോയി വിവരങ്ങൾ ആരാഞ്ഞ് വരേണ്ടത്.

പക്ഷേ, കുമാരനെ എങ്ങനെ വിശ്വസിച്ച് അയക്കും? രണ്ടു കൊട്ടാരത്തിലെയും രാജാക്കന്മാർ കണ്ടുമുട്ടുമ്പോൾ സംസ്കൃതത്തിലാണ് സംസാരിക്കാറുള്ളത്. പാണ്ഡിത്യവും പ്രൗഢിയും പ്രകടിപ്പിക്കാനുള്ള അവസരം കൂടിയായിരുന്നു അക്കാലത്തെ സന്ദർശനം.

കുമാരന് സംസ്കൃതത്തിലെന്നല്ല, മലയാളത്തിൽ തന്നെ നന്നായി സംസാരിക്കാനാവില്ല.

എന്താണ് ചെയ്യേണ്ടത്? രാജ്ഞി ഏറെനേരം ആലോചിച്ചു. ഒടുവിൽ കുമാരനെത്തന്നെ അയയ്ക്കാൻ അവർ തീരുമാനിച്ചു.

ഉപചാരത്തിനുവേണ്ടി കുമാരൻ ഒന്നോ രണ്ടോ വാക്ക് ഉച്ചരിച്ചാൽ മതി. ബാക്കി കാര്യങ്ങൾ സംസാരിക്കാനായി ഒന്നുരണ്ട് വിദ്വാന്മാരെ കുമാരന്റെ കൂടെ അയയ്ക്കാം. രാജ്ഞി കരുതി.

രാജ്ഞി കുമാരനെ വിളിച്ച് ഇങ്ങനെ ഉപദേശിച്ചു:

"മോനേ, കൊട്ടാരത്തിൽ ചെന്നാൽ ഗൗരവത്തോടെ മാത്രമേ പെരുമാറാൻ പാടുള്ളൂ. 'മയാ കിം കർത്തവ്യം?' എന്നു മാത്രം നീ അവരോട് ചോദിച്ചാൽ മതി. ബാക്കി കാര്യങ്ങൾ കൂടെയുള്ള വിദ്വാന്മാർ പറഞ്ഞുകൊള്ളും."

കുമാരൻ തലകുലുക്കി കേട്ടു. പറയേണ്ട വാക്യം ഉരുവിട്ടു പഠിച്ചുകൊണ്ടിരുന്നു രാജകുമാരൻ.

വിദ്വാന്മാരോടൊപ്പം കോഴിക്കോട്ടേക്ക് പുറപ്പെട്ടു. യാത്രയിലുടനീളം വാക്യം ഉരുവിട്ടു പഠിക്കുകയായിരുന്നു കുമാരൻ.

പരിവാരസമേതം സാമൂതിരിയുടെ കൊട്ടാരത്തിലെത്തി.

ഇളംകൂർ രാജാവ് കുമാരനെയും കൂട്ടരെയും സ്വീകരിച്ചിരുത്തി. സൽക്കരിച്ചു.

കുമാരന്റെ അമ്മ ഉപദേശിച്ചു തന്ന വാക്യം സാമൂതിരിയോട് പറഞ്ഞു.

"മയ കിം കർത്തവ്യം?"

'മയാ' എന്ന ദീർഘം കൂടാതെയാണ് കുമാരൻ ഉച്ചരിച്ചത്.

ഇതു കേട്ടയുടനെ കൊട്ടാരത്തിലുള്ളവർ പൊട്ടിച്ചിരിച്ചു.

വിദ്വാന്മാർ ലജ്ജിച്ചു തലതാഴ്ത്തി.

ഇളംകൂർ രാജാവ് കുമാരനോട് പറഞ്ഞു:

"ദീർഘോച്ചാരണം കർത്തവ്യം."

'മയാ കിം കർത്തവ്യം.' (എന്നാൽ എന്തു കാര്യമാണ് ചെയ്യപ്പെടേണ്ടത്) ഞാൻ എന്തു കാര്യമാണ് നിങ്ങൾക്കു വേണ്ടി ചെയ്യേണ്ടത് എന്നർത്ഥമുള്ള വാക്യം തെറ്റിച്ച് ഉച്ചരിച്ച കുമാരനോട് 'മയ' എന്നല്ല, 'മയാ' എന്ന് ദീർഘമായി ഉച്ചരിക്കണമെന്നാണ് സാമൂതിരി മറുപടി പറഞ്ഞത്.

ഈ പരിഹാസം കുറിക്കു കൊണ്ടു. അപമാനഭാരത്താൽ അന്ന് കൊട്ടാരത്തിൽ നിന്ന് തലതാഴ്ത്തി പുറത്തിറങ്ങിയ കുമാരനാണ് കഠിന പ്രയത്നത്തിലൂടെ പ്രസിദ്ധനായ ആട്ടക്കഥാകാരനായി മാറിയ കോട്ടയത്തു തമ്പുരാൻ. *ബകവധം, കിർമ്മീരവധം, കല്യാണസൗഗന്ധികം* തുടങ്ങിയ പ്രസിദ്ധ ആട്ടക്കഥകൾ കോട്ടയത്തു തമ്പുരാൻ രചിച്ചിട്ടുണ്ട്.

മാലക്കവിതയും കവിതാമാലികയും

*നളചരിതം ആട്ടക്കഥ*യുടെ കർത്താവാണ് ഉണ്ണായിവാര്യർ.

ഇരിങ്ങാലക്കുട കൂടൽമാണിക്യ ക്ഷേത്രത്തിന് അരികിലുള്ള വാരിയത്തായിരുന്നു അദ്ദേഹം ജനിച്ചത്.

ക്ഷേത്രത്തിലെ കഴകക്കാരനായി കഴിയുകയായിരുന്നു ഉണ്ണായിവാര്യർ. പ്രതിഭാശാലിയായ വാര്യരുടെ കഴിവുകൾ ചെറുപ്പത്തിലേ പ്രസിദ്ധമായിരുന്നു.

ഒരു ദിവസം കൂടൽ മാണിക്യ ക്ഷേത്രത്തിൽ ഒരു ചാക്യാർ കൂത്തു പറയാൻ വന്നു. ക്ഷേത്രത്തിലേക്കുള്ള മാല കെട്ടുന്നത് ഉണ്ണായിവാര്യരാണെന്ന് ചാക്യാർ മനസ്സിലാക്കി. വാര്യരുടെ പാണ്ഡിത്യത്തെപ്പറ്റി ചാക്യാരും കേട്ടറിഞ്ഞിരുന്നു. കൂത്തു കാണാൻ വാര്യർ വരുന്നുണ്ടോ എന്ന് ചാക്യാർ പ്രത്യേകം ശ്രദ്ധിച്ചുകൊണ്ടിരുന്നു. രണ്ടു ദിവസത്തെ കൂത്ത് കഴിഞ്ഞു. ഉണ്ണായിവാര്യർ കൂത്തു നടക്കുന്ന സ്ഥലത്തേക്ക് പോയതേയില്ല.

വാര്യരെ കാണാത്തതിനാൽ ചാക്യാർ അദ്ദേഹത്തെ തേടി ച്ചെന്നു.

“വാര്യർ കൂത്തു കാണാൻ വരാത്തതെന്താണാവോ?” ചാക്യാർ ചോദിച്ചു.

“അങ്ങ് ഞാൻ മാല കെട്ടുന്നത് കാണാൻ വരുന്നില്ലല്ലോ” എന്നായിരുന്നു വാര്യരുടെ മറുപടി.

മാല കെട്ടലിന് എന്താണിത്ര വിശേഷം? ചാക്യാർ ആലോചിച്ചു.

ഏതായാലും പിറ്റേ ദിവസം ചാക്യാർ വാര്യർ മാല കെട്ടുന്നതു കാണാൻ ചെന്നു.

വാര്യർ മാല കെട്ടാൻ തുടങ്ങി.

പൂക്കളുടെ സംവിധാന ഭേദത്താൽ മാല ഒരു ശ്ലോകമായി കെട്ടി ചാക്യാർക്കു നല്കി. കൂടൽ മാണിക്യദേവനെ സ്തുതിച്ചുകൊണ്ടുള്ള ആ ശ്ലോകം കണ്ട് ചാക്യാർ അത്ഭുതപ്പെട്ടു. അദ്ദേഹം വാര്യരെ ആദരവോടെ നമസ്കരിച്ചു.

പൂക്കളുടെ സംവിധാന വിശേഷം കൊണ്ട് വാര്യർ ഉണ്ടാക്കുന്ന മാല കണ്ടപ്പോൾ ചാക്യാർ അത്ഭുതപ്പെട്ടുപോയി. പുഷ്പങ്ങളുടെ എണ്ണവും അതിന്റെ അർത്ഥഗംഭീരമായ വിന്യാസവും ഒക്കെക്കൂടി അത് മനോഹരമായ കവിതപോലെ തോന്നി. ചാക്യാർ അദ്ദേഹത്തെ അഭിനന്ദിച്ചു.

പൂക്കൾകൊണ്ട് മാലക്കവിത ഉണ്ടാക്കാൻ കഴിവുള്ള ഉണ്ണായി വാര്യർ പദങ്ങൾ കൊണ്ട് കവിതാമാലകൾ രചിച്ചപ്പോൾ മലയാളത്തിൽ *നളചരിതം* ഉൾപ്പെടെയുള്ള അനശ്വര കാവ്യങ്ങൾ ലഭിച്ചു.

കാക്കശ്ശേരിയും ഉദ്ദണ്ഡശാസ്ത്രിയും

കാക്കശ്ശേരി ഭട്ടതിരി എന്നൊരു കവിയുണ്ടായിരുന്നു. പതിനാലാം നൂറ്റാണ്ടിൽ കോഴിക്കോട് ഭരിച്ചിരുന്ന മാനവിക്രമ രാജാവിന്റെ സദസ്യനായിരുന്നു കാക്കശ്ശേരി. സംസ്കൃതഭാഷയ്ക്ക് പ്രാധാന്യം കല്പിച്ചിരുന്ന അക്കാലത്ത് ആ ഭാഷയിൽ എഴുതുന്നവരെ മാത്രമേ കവിയായി അംഗീകരിച്ചിരുന്നുള്ളൂ.

കാക്കശ്ശേരിക്ക് ആ പേരു വന്നതിന്റെ പിന്നിൽ ഒരു കഥയുണ്ട്. അദ്ദേഹത്തിന്റെ കുട്ടിക്കാലത്തു തന്നെ അച്ഛൻ മരിച്ചുപോയി.

ആണ്ടുതോറും അച്ഛന് ബലിയിടും. ബലിച്ചോറ് കൊത്തിത്തിന്നാനായി അനേകം കാക്കകളെത്തും. വന്നെത്തുന്ന കാക്കകളെ തിരിച്ചറിഞ്ഞ് അവയോട് കുട്ടി വർത്തമാനം പറയുമായിരുന്നത്രെ!

“ഈ കാക്ക കഴിഞ്ഞ തവണയും വന്നതാണല്ലോ. ഇതൊരു പുതിയ കാക്കയാണല്ലോ.” എന്നിങ്ങനെ കാക്കകളെ തിരിച്ചറിഞ്ഞ് സംസാരിക്കുന്നതിനാൽ കുട്ടിയെ ആളുകൾ കാക്കശ്ശേരി എന്നു വിളിച്ചു.

തളിയിൽ ക്ഷേത്രത്തിൽ നടന്നിരുന്ന പട്ടത്താന സദസ്സിലെ വാദപ്രതിവാദത്തിൽ പങ്കെടുക്കാറുണ്ടായിരുന്ന കാക്കശ്ശേരി തുടർച്ചയായി പന്ത്രണ്ടു വർഷം ഒന്നാം സ്ഥാനം നേടിയിരുന്നു.

സംസ്കൃത പണ്ഡിതനും കവിയുമായ ഉദ്ദണ്ഡശാസ്ത്രികളെ വാദത്തിൽ കാക്കശ്ശേരി തോല്പിച്ചിട്ടുണ്ട്.

ഒരിക്കൽ വാദം നടക്കവെ ഉദ്ദണ്ഡശാസ്ത്രികൾ കൊച്ചു മനുഷ്യനായ കാക്കശ്ശേരിയെ "ആകാരോ ഹ്രസ്വഃ" (ആകൃതി ചെറുത്) എന്ന് വിശേഷിപ്പിച്ചു.

ഉടൻ വന്നു കാക്കശ്ശേരിയുടെ തിരുത്ത്.

"നഹി, നഹ്യാകാരോ ദീർഘഃ. അകാരോ ഹ്രസ്വഃ"

(അല്ല, അല്ല, 'ആ' കാരം ദീർഘമാണ്. 'അ'കാരമാണ് ഹ്രസ്വം)

ഉരുളയ്ക്കുപ്പേരി പോലുള്ള ഈ മറുവാദത്തിനു മുന്നിൽ സാക്ഷാൽ ഉദ്ദണ്ഡശാസ്ത്രികൾ പോലും അടിയറവ് പറഞ്ഞു.

രാമായണത്തിലെ പ്രധാന ശ്ലോകം

*രാമായണ*ത്തിലെ ഏറ്റവും പ്രധാന ശ്ലോകം ഏതാണ്?

വിക്രമാദിത്യ സദസ്സിൽ ഒരിക്കൽ രാജാവ് ചോദിച്ചു. ഉത്തരം അത്ര എളുപ്പത്തിൽ പറയാവുന്നതല്ല. ഒന്നിനൊന്ന് പ്രധാനപ്പെട്ട ശ്ലോകങ്ങൾ കൊണ്ടു തീർത്ത *രാമായണ*ത്തിൽ ഏറ്റവും പ്രധാന ശ്ലോകം എങ്ങനെ കണ്ടെത്തും?

പണ്ഡിതന്മാർ തല പുകഞ്ഞാലോചിച്ചു. ഒടുവിൽ വരരുചി യോടായി രാജാവിന്റെ ചോദ്യം:

"മഹാപണ്ഡിതനായ താങ്കൾക്കും ഈ ചോദ്യത്തിന് ഉത്ത രമില്ലെന്നുണ്ടോ?"

"ക്ഷമിക്കണം പ്രഭോ. ഇപ്പോൾ അടിയന് ശ്ലോകം ഓർമ്മ വരുന്നില്ല. എന്നാൽ അങ്ങയുടെ സംശയത്തിനുള്ള ഉത്തരവുമാ യല്ലാതെ ഇനി കൊട്ടാരത്തിലേക്ക് അടിയൻ മടങ്ങിവരില്ല." ഇത്രയും പറഞ്ഞ് രാജാവിനോട് വിടചൊല്ലി വരരുചി കൊട്ടാരം വിട്ടിറങ്ങി.

ദിവസങ്ങൾ കഴിഞ്ഞുപോയി.

*രാമായണ*ത്തിലെ പ്രധാന ശ്ലോകം തേടി വരരുചി അലഞ്ഞു തിരിഞ്ഞു.

നാടും നഗരവും താണ്ടി ആ പണ്ഡിതൻ സഞ്ചരിക്കാത്ത

സ്ഥലങ്ങളില്ല. യാത്രയ്ക്കിടയിൽ ഒരു പേരാലിന്റെ ചുവട്ടിൽ വിശ്രമിക്കുകയായിരുന്നു വരരുചി.

അപ്പോൾ പേരാലിന്റെ ചില്ലയിലിരുന്ന് രണ്ടു കിളികൾ സംസാരിക്കുന്നത് അദ്ദേഹം കേട്ടു:

"പാവം, വരരുചി 'മാം, വിദ്ധീ' എന്നറിഞ്ഞു കൂടാത്തതിന്റെ ഫലമായി ഇദ്ദേഹം എവിടെയെല്ലാം അലഞ്ഞു."

കിളികളുടെ സംസാരം കേട്ട വരരുചി ഞെട്ടിയെണീറ്റു.

'മാം, വിദ്ധീ' എന്നു കേട്ടപ്പോൾ രാമായണത്തിലെ പ്രസിദ്ധമായ ശ്ലോകം അദ്ദേഹത്തിന്റെ ഓർമ്മയിലെത്തി.

വരരുചി വേഗം വിക്രമാദിത്യ സദസ്സിലെത്തി ശ്ലോകം ചൊല്ലി കേൾപ്പിച്ചു:

"രാമം ദശരഥം വിദ്ധി
മാം വിദ്ധി ജനകാത്മജാം
അയോദ്ധ്യാമടവീം വിദ്ധി
ഗച്ഛതാതയഥാസുഖം."

രാമനെ ദശരഥനെന്നും സീതയെ അമ്മയെന്നും കാടിനെ അയോദ്ധ്യയെന്നും ധരിക്കണമെന്ന് അർത്ഥം വരുന്ന ഈ ശ്ലോകം ലക്ഷ്മണന് അമ്മ സുമിത്ര ഉപദേശിച്ചു കൊടുത്തതാണ്.

ശ്ലോകം കേട്ട് രാജാവ് സന്തുഷ്ടനായി. വരരുചിയെ അഭിനന്ദിച്ചു.

സമ്മാനങ്ങൾ നല്കി സൽക്കരിച്ചു.

കാളിദാസനും ഭവഭൂതിയും

ഭോജരാജാവിന്റെ സദസ്യരായിരുന്നു മഹാകവികളായ കാളിദാസനും ഭവഭൂതിയും. ഇരുവരും സംസ്കൃതത്തിലെ ശ്രേഷ്ഠരായ കവികളാണ്. പ്രതിഭാധനരായ ഈ കവികളുടെ സർഗ്ഗശക്തിയൊന്നു മാറ്റുരച്ചു നോക്കണമെന്ന് ഒരിക്കൽ രാജാവ് കരുതി.

ഭോജ രാജാവ് ഒരേ വിഷയത്തിൽ രണ്ടു കവികളോടും കവിത രചിക്കുവാൻ നിർദേശിച്ചു.

കവികൾ രചനയിൽ ഏർപ്പെട്ടു. നിമിഷങ്ങൾക്കകം കാവ്യം പൂർത്തിയാക്കി. ഒന്നിനൊന്നു മികച്ച രണ്ടു കാവ്യം.

സദസ്സിലുള്ളവരെല്ലാം വായിച്ചാസ്വദിച്ചു. രാജാവിനും നന്നേ ബോധിച്ചു.

ഏതാണ് ഇവയിൽ മികച്ചു നില്ക്കുന്നത്? ആർക്കും പറയാനായില്ല.

രാജാവ് പറഞ്ഞു:

“ഭവഭൂതിയുടെ കാവ്യം അതിമനോഹരമായിരിക്കുന്നു. കാളിദാസന്റേതാകട്ടെ, സാക്ഷാൽ വാണീദേവി പ്രത്യക്ഷമായതു പോലെ!”

അതു കേട്ടപ്പോൾ ഭവഭൂതിക്ക് സങ്കടമായി. മികച്ച കാവ്യം

കാളിദാസന്റേതാണെന്ന സൂചനയുണ്ട് രാജാവിന്റെ വാക്കുകളിൽ.

"വാഗ്ദേവി കോവിലിനു മുന്നിലെത്തി കാവ്യങ്ങൾ തൂക്കി നോക്കാം; അതിനു ശേഷം നിശ്ചയിക്കാം, മികച്ചതേതെന്ന്."

ഭോജരാജാവ് പറഞ്ഞു. എല്ലാവരും ചേർന്ന് ക്ഷേത്രനടയിലെത്തി.

ഒരു ത്രാസിൽ കാളിദാസന്റെയും മറ്റേ ത്രാസിൽ ഭവഭൂതിയുടെയും കാവ്യം വെച്ച് തൂക്കി നോക്കി.

കാളിദാസന്റെ കാവ്യമുള്ള ത്രാസ് അല്പം താണിരിക്കുന്നു.

ദേവീ ഭക്തനായ ഭവഭൂതിയുടെ സങ്കടം തീർക്കാൻ ദേവി ആരും കാണാതെ അദ്ദേഹത്തിന്റെ കാവ്യഗ്രന്ഥത്തിനു മേൽ ഒരു തുള്ളി തേൻ ഇറ്റിച്ചു.

അതോടെ ത്രാസുകൾ സമനിലയിലായി.

ഭവഭൂതിക്ക് ആശ്വാസമായി. എങ്കിലും കാളിദാസന്റെ കാവ്യപ്രതിഭയിൽ ആദരവുണ്ടായിരുന്ന ഭവഭൂതി അദ്ദേഹത്തെ അഭിനന്ദിച്ചു.

കാളിദാസ കൃതികളുമായി താരതമ്യം ചെയ്താൽ ഭവഭൂതിയുടെ കാവ്യത്തിന് ഇത്തിരി മാധുര്യം കുറവാണ് എന്ന വിമർശകരുടെ അഭിപ്രായത്തെ സമർത്ഥിക്കാൻ ഏതോ രസികനായ പണ്ഡിതൻ ഉണ്ടാക്കിയ കഥയാണിത്.

ജീവനുള്ള ഉരുളികൾ

കണ്ണശ്ശകവികൾ എന്നറിയപ്പെട്ടിരുന്നവർ മൂന്നുപേരുണ്ട്. രാമപ്പണിക്കർ, മാധവപ്പണിക്കർ, ശങ്കരപ്പണിക്കർ.

തിരുവില്വാമലയ്ക്കടുത്തുള്ള നിരണം എന്ന സ്ഥലത്ത് ജീവിച്ചതിനാൽ നിരണം കവികൾ എന്നും ഇവർ അറിയപ്പെട്ടിരുന്നു.

കണ്ണശ്ശകവികളിൽ രസികനും ഫലിത പ്രിയനുമായിരുന്നു രാമപ്പണിക്കർ.

ഒരിക്കൽ വീട്ടിലെ ഒരു സദ്യയ്ക്കുവേണ്ടി രാമപ്പണിക്കർ അയൽ വീടുകളിൽനിന്ന് ചില പാത്രങ്ങൾ കടംവാങ്ങുകയുണ്ടായി.

സദ്യവട്ടങ്ങളെല്ലാം ഗംഭീരമായി. എല്ലാവരും ഭക്ഷണം കഴിച്ച് മടങ്ങി. പാത്രങ്ങൾ കൊണ്ടുവന്ന വീടുകളിലേക്ക് അവ പലരുടെ പക്കലായി കൊടുത്തയച്ചു.

രാമപ്പണിക്കർ ഇക്കൂട്ടത്തിൽ ഒരു കുസൃതിയൊപ്പിച്ചു.

ഉരുളി കൊണ്ടുവന്ന വീടുകളിലേക്കെല്ലാം ഒരു കുഞ്ഞുരുളി കൂടി കൊടുത്തുവിട്ടു.

വലിയ ഉരുളിയും കുഞ്ഞുരുളിയും ഒരുമിച്ചു കിട്ടിയപ്പോൾ അയൽക്കാർക്ക് അത്ഭുതം! അവർ കാര്യം അന്വേഷിച്ചപ്പോൾ രാമപ്പണിക്കർ പറഞ്ഞു:

"താങ്കളുടെ ഉരുളി പ്രസവിച്ചതാണ് ആ കുഞ്ഞുരുളി."

എല്ലാവർക്കും സന്തോഷമായി.

അടുത്ത ആണ്ടിലും അതേ ദിവസം പണിക്കർ സദ്യയൊരുക്കി.

പഴയതുപോലെ പാത്രങ്ങൾ ആവശ്യമായി വന്നു. ഇക്കുറി രാമപ്പണിക്കർ ആവശ്യപ്പെടാതെ തന്നെ അയൽക്കാർ പാത്രമെത്തിച്ചു കൊടുത്തു.

അവരുടെ താല്പര്യം കണ്ടപ്പോൾ രാമപ്പണിക്കർ ഊറിച്ചിരിച്ചു.

സദ്യ കഴിഞ്ഞു. ആളുകൾ പിരിഞ്ഞു.

ഉരുളിവാങ്ങാൻ ഉടമസ്ഥർ എത്തിത്തുടങ്ങി. അത് പെറ്റുപെരുകിയിരിക്കുമല്ലോ!

വലിയ ഉരുളിക്കും കുഞ്ഞുരുളിക്കും വേണ്ടി കാത്തിരുന്നവരെ നിരാശപ്പെടുത്തിക്കൊണ്ട് രാമപണിക്കർ പറഞ്ഞു:

"ക്ഷമിക്കണം. നിങ്ങൾ എനിക്കു നല്കിയ ഉരുളികൾ ചത്തുപോയല്ലോ."

"ഏയ്, ഉരുളികൾ ചത്തുപോവുകയോ. അതെങ്ങനെ? നിങ്ങളെന്താ ആളെ കളിയാക്കുകയാണോ?" ചിലർ തട്ടിക്കയറി.

"ഉരുളികൾ പ്രസവിക്കുമെങ്കിൽ ചത്തുപോവുകയും ചെയ്യും. ഇതിലെന്താണിത്ര അതിശയിക്കാനുള്ളത്?"

പണിക്കരുടെ വാക്കുകൾ കേട്ട് നാട്ടുകാർ ഇളിഭ്യരായി.

തങ്ങൾക്കു പറ്റിയ അമളിയോർത്ത് അവർ പോകാനൊരുങ്ങി.

"നിങ്ങൾ പ്രയാസപ്പെടേണ്ട. ആരുടെയും ഉരുളി നഷ്ടപ്പെട്ടില്ല. ഉരുളി ചത്തുപോയിട്ടുമില്ല നോക്കൂ, കുഞ്ഞുരുളി കിട്ടിയപ്പോൾ, ഉരുളി പ്രസവിക്കുമോ എന്ന് ആരും ചോദിച്ചില്ലല്ലോ. നഷ്ടപ്പെടുമ്പോൾ മാത്രം ആലോചിച്ചതു കൊണ്ടായില്ല. വിഡ്ഢികൾ! ഉരുളികൾ കൊണ്ടുപൊയ്ക്കൊള്ളൂ."

ഇത്രയും പറഞ്ഞ് പണിക്കർ ഉരുളികൾ ഉടമസ്ഥർക്കു നല്കി.

കുറ്റബോധത്തോടെ അയൽക്കാർ ഉരുളിയുമായി സ്ഥലം വിട്ടു.

ആടാനും പാടാനും

കഥകളിയെ പരിഷ്കരിക്കുന്നതിൽ കാര്യമായ പങ്ക് വഹിച്ച കവിയാണ് കോട്ടയത്തു തമ്പുരാൻ. *ബകവധം, കിർമ്മീരവധം, കാലകേയവധം, കല്യാണസൗഗന്ധികം* തുടങ്ങിയ പ്രസിദ്ധ ആട്ടക്കഥകൾ രചിച്ചത് കോട്ടയത്തു തമ്പുരാനാണ്.

തമ്പുരാന്റെ ആട്ടക്കഥകളുടെ ആദ്യവായനക്കാരിയും നിരൂപകയും അദ്ദേഹത്തിന്റെ അമ്മ തന്നെയായിരുന്നുവത്രെ!

പണ്ഡിതയും സഹൃദയയുമായ രാജ്ഞി ആട്ടക്കഥകൾ വായിച്ച് മകനോട് അഭിപ്രായങ്ങൾ പറയും.

തമ്പുരാൻ രചിച്ച ആദ്യ ആട്ടക്കഥ *ബകവധം* ആയിരുന്നു.

രാജ്ഞി *ബകവധം* ശ്രദ്ധയോടെ വായിച്ചു. എന്താവാം അമ്മയുടെ പ്രതികരണമെന്നറിയാൻ തമ്പുരാൻ കാത്തിരിക്കുകയായിരുന്നു.

"കുട്ടികൾക്ക് തിരുവാതിരകളിക്ക് ഇത് പ്രയോജനപ്പെടും." രാജ്ഞി പറഞ്ഞു.

അമ്മ പറഞ്ഞതിന്റെ സാരം തമ്പുരാന് മനസ്സിലായി. കാവ്യത്തിന് ഗൗരവം കുറഞ്ഞുപോയി.

പിന്നീട് അദ്ദേഹം അല്പം ഗൗരവമായ രചനയിലേർപ്പെട്ടു.

കിർമ്മീരവധം ആയിരുന്നു രണ്ടാമത്തെ കൃതി.

അതു വായിച്ച രാജ്ഞി പറഞ്ഞു:

"അർത്ഥം വ്യാഖ്യാനിച്ചു കൊടുക്കാൻ ആശാന്മാർ ഉണ്ടായിരുന്നെങ്കിൽ കുട്ടികൾക്ക് ഭാഷ പഠിക്കാൻ ഈ കൃതി പ്രയോജനപ്പെടും."

അമ്മയുടെ വാക്കുകളിലെ ആക്ഷേപം കവി തിരിച്ചറിഞ്ഞു.

ഉദ്ദേശിച്ചതിലും ഗൗരവം കൂടിപ്പോയി ആട്ടക്കഥയിൽ.

ഈ പാഠങ്ങൾ ഉൾക്കൊണ്ട് തമ്പുരാൻ രചിച്ച കൃതി *കല്യാണസൗഗന്ധിക*മാണ്.

*മഹാഭാരത*ത്തിലെ കഥ. ദ്രൗപദിയുടെ വാക്കുകേട്ട് സൗഗന്ധികപ്പൂവ് തേടിപ്പോയ ഭീമനു പറ്റിയ അമളിയെപ്പറ്റി വിവരിക്കുന്ന ആട്ടക്കഥ വായിച്ച് രാജ്ഞി പറഞ്ഞു:

"ഇതിലെ കഥ തരക്കേടില്ല. എന്നാൽ ഇതെഴുതിയത് ഒരു പെൺകോന്തനാണെന്ന് ആരെങ്കിലും പറഞ്ഞാൽ അവരെ കുറ്റം പറയാനാവില്ല."

അങ്ങനെയെങ്കിൽ സ്ത്രീയെ ഉപേക്ഷിക്കുന്ന പുരുഷന്റെ കഥ ചിത്രീകരിക്കാം തമ്പുരാൻ കരുതി. അടുത്ത കാവ്യം *കാലകേയവധ*മാണ്. *നിവാതകവചകാലകേയവധം* എന്നാണ് മുഴുവൻ പേര്.

ഉർവ്വശിയുടെ പ്രേമാഭ്യാർത്ഥന നിരസിക്കുന്ന അർജ്ജുനനെ കുറിച്ചാണ് ഇതിൽ വിവരിക്കുന്നത്.

ആട്ടക്കഥ വായിച്ച രാജ്ഞി പറഞ്ഞു:

"ഇതു കൊള്ളാം. ആടാനും പാടാനുമുള്ള വക ഇതിലുണ്ട്."

തമ്പുരാന് അമ്മയുടെ പ്രശംസ കേട്ടപ്പോൾ സന്തോഷമായി.

കോട്ടയത്തു തമ്പുരാന്റെ ആട്ടക്കഥകളിൽ ഏറ്റവും പ്രചാരവും പ്രസിദ്ധിയും ലഭിച്ചത് *കാലകേയവധ*ത്തിനാണ്.

'അന്ത ഹന്തയ്ക്കിന്തപ്പട്ട്'

കോഴിക്കോട്ട് മാനവിക്രമ രാജാവിന്റെ സദസ്സിലെ പതിനെട്ടരക്കവികളിൽ 'അരക്കവി'യാണ് പുനം നമ്പൂതിരി. അരക്കവി എന്നാൽ മലയാളത്തിൽ കവിതയെഴുതുന്നവരെ സംസ്കൃതകവികൾ വിളിക്കുന്ന കുറ്റപ്പേരാണ്.

ഒൻപതു പയ്യൂർ ഭട്ടതിരിമാരും അഞ്ച് തിരുവേഗപ്പുറ നമ്പൂതിരിമാരും മുല്ലപ്പള്ളി ഭട്ടതിരി, ചോന്നാസ് നമ്പൂതിരി, ഉദ്ദണ്ഡ ശാസ്ത്രി, കാക്കശ്ശേരി ഭട്ടതിരി എന്നിവർ ചേർന്നാണ് പതിനെട്ട് കവികൾ. പുനം നമ്പൂതിരിയും ചേർന്ന് പതിനെട്ടര കവികൾ.

ഒരു ദിവസം രാജസദസ്സിൽ വെച്ച് പുനം നമ്പൂതിരി രാജാവിന് ഒരു ശ്ലോകം സമർപ്പിച്ചു.

രാജാവിന്റെ ഐശ്വര്യത്തെയും പ്രതാപത്തെയും വർണ്ണിക്കുന്നതായിരുന്നു ശ്ലോകം.

'താരിൽ തമ്പീകടാക്ഷാഞ്ചല മധുപകുലാ-
രാമാ, രാമാജനാനാം
നീരിൽത്താർബാണ, വൈരാകര നികര തമോ
മണ്ഡലീ ചണ്ഡഭാനോ
നേരെത്താത്തോരു നീയാം തൊടുകുറി കളയായ്
കെന്നുമേഷാ, കുളിക്കു-

ന്നേരത്തിപ്പുറം, വിക്രമനൃപരധരാ
ഹന്ത! കല്പാന്തതോയേ'

കവിത കേട്ട് രാജാവ് അത്ഭുതപ്പെട്ടു. സദസ്സിലെ പണ്ഡിതരും ആശ്ചര്യത്തോടെ പുനത്തിനെ അഭിനന്ദിച്ചു.

സംസ്കൃത കവിയായ ഉദ്ദണ്ഡശാസ്ത്രി സന്തോഷത്തോടെ ചാടിയെണീറ്റ് 'അന്തഹന്തയ്ക്കിന്തപ്പട്ട്' എന്ന് പറഞ്ഞ് തന്റെ ഉത്തരീയമെടുത്ത് പുനം നമ്പൂതിരിക്ക് ചാർത്തിക്കൊടുത്തു.

മലയാളത്തെക്കുറിച്ച് അത്രയൊന്നും മതിപ്പില്ലാതിരുന്നവരെപ്പോലും ആശ്ചര്യപ്പെടുത്തുന്നതായിരുന്നു പുനത്തിന്റെ കാവ്യരചനാപാടവം.

മേൽപ്പത്തൂരിന്റെ വാതരോഗം

പ്രഗത്ഭനായ സംസ്കൃത പണ്ഡിതനും കവിയുമായിരുന്നു മേൽപ്പത്തൂർ നാരായണ ഭട്ടതിരിപ്പാട്. *നാരായണീയം* എന്ന അദ്ദേഹത്തിന്റെ കാവ്യം പ്രസിദ്ധമാണ്. ഈ കാവ്യം രചിക്കാനിടയായതിനെക്കുറിച്ച് ഒരു കഥയുണ്ട്.

മേൽപ്പത്തൂരിന് ഒരിക്കൽ കടുത്ത വാതരോഗം പിടിപെട്ടു. രോഗപീഡയിൽ അദ്ദേഹം പൊറുതിമുട്ടി. ഒട്ടനവധി ഔഷധങ്ങൾ കഴിച്ചു. ഫലമുണ്ടായില്ല. കൃഷ്ണഭക്തനായ മേൽപ്പത്തൂർ ഗുരുവായൂരപ്പനെ ഭജിക്കാൻ തുടങ്ങി.

പ്രാർത്ഥനയും കണ്ണീരുമായി കഴിഞ്ഞു വരികയായിരുന്നു.

ഒരു ദിവസം എഴുത്തച്ഛൻ മേൽപ്പത്തൂരിനെ കാണാനിടയായി.

രോഗവിവരങ്ങൾ മേൽപ്പത്തൂർ എഴുത്തച്ഛനെ ധരിപ്പിച്ചു. രോഗശമനത്തിന് എന്താണ് പോംവഴിയെന്നന്വേഷിച്ചപ്പോൾ എഴുത്തച്ഛൻ പറഞ്ഞു:

"മീൻ തൊട്ടുകൂട്ടിക്കോളൂ. അതേയുള്ളൂ ഇനിയൊരു വഴി."

ഭട്ടതിരിപ്പാടിനോട് മീൻ കഴിക്കാനാണ് കവി പറഞ്ഞതെന്നാണ് കേട്ടു നിന്നവർ വിചാരിച്ചത്.

എന്നാൽ മേൽപ്പത്തൂരിന് എഴുത്തച്ഛൻ ഉദ്ദേശിച്ച കാര്യം മനസ്സിലായി.

മീൻ തൊട്ട് തുടങ്ങുന്ന ഭഗവാൻ മഹാവിഷ്ണുവിന്റെ പത്ത് അവതാരങ്ങളെക്കുറിച്ച് അദ്ദേഹം കാവ്യരൂപത്തിൽ എഴുതാൻ തുടങ്ങി.

ഭാഗവതം പത്താം അദ്ധ്യായത്തിലെ ശ്രീകൃഷ്ണന്റെ കഥ വിസ്തരിച്ച് കാവ്യവല്ക്കരിച്ചു.

നാരായണീയം എന്ന പ്രസിദ്ധ സംസ്കൃത കാവ്യമായി അത് പരിണമിച്ചു.

സ്വപ്നത്തിൽ ശ്രീകൃഷ്ണൻ പ്രത്യക്ഷനായി ആവശ്യപ്പെട്ടത് അനുസരിച്ചാണ് ഭട്ടതിരിപ്പാട് *നാരായണീയം* രചിച്ചത് എന്ന് കഥയുണ്ട്.

നാരായണീയം എഴുതി പൂർത്തിയാക്കുമ്പോഴേക്കും മേൽപ്പത്തൂരിന്റെ വാതരോഗം ഭേദമായി എന്നാണ് ഐതിഹ്യം.

നമ്പ്യാരും വാര്യരും

പാലക്കാട് ജില്ലയിലെ തിരുവില്വാമലയ്ക്കും ലക്കിടിക്കും സമീപത്തുള്ള കിള്ളിക്കുറിശ്ശിമംഗലത്തെ കലക്കത്ത് ഭവനത്തിലാണ് കുഞ്ചൻ നമ്പ്യാർ ജനിച്ചത്.

യൗവ്വനകാലമായപ്പോൾ ചെമ്പകശ്ശേരി രാജാവിന്റെ ആശ്രിതനായി കഴിഞ്ഞു. ചെമ്പകശ്ശേരി രാജ്യം തിരുവിതാംകൂറിൽ ലയിച്ചപ്പോൾ നമ്പ്യാർ തിരുവനന്തപുരത്ത് താമസമാക്കുകയും മാർത്താണ്ഡവർമ്മ രാജാവിന്റെ ആശ്രിതനായി കഴിയുകയും ചെയ്തു.

ഇക്കാലത്തൊരു ദിവസം കുഞ്ചൻ നമ്പ്യാർ ശ്രീപത്മനാഭസ്വാമി ക്ഷേത്രത്തിൽ തൊഴാൻ പോയി.

പുതുതായി തൊഴാനെത്തിയ നമ്പ്യാരെ കണ്ടപ്പോൾ പൂജാരിയായ നമ്പിപോറ്റി ചോദിച്ചു.

“താനാരാണ്?”

“നമ്പ്യാര്” കുഞ്ചൻനമ്പ്യാർ മറുപടി പറഞ്ഞു. തന്നെ പരിഹസിക്കുകയാണെന്നു കരുതിയ നമ്പിപോറ്റി കോപിച്ചു. അദ്ദേഹം തന്നെ പരിഹസിച്ചയാളെക്കുറിച്ച് മഹാരാജാവിനോട് പരാതി പറഞ്ഞു.

മാർത്താണ്ഡവർമ്മ മഹാരാജാവ് നമ്പ്യാരെ വിളിച്ചു വരുത്തി

കാര്യം അന്വേഷിച്ചു.

നമ്പ്യാർ ഇങ്ങനെ പറഞ്ഞു:

"നമ്പിയാരെന്നു ചോദിച്ചു
നമ്പിയാരെന്നു ചൊല്ലിനേൻ
നമ്പി കേട്ടഥ കോപിച്ചു
തമ്പുരാനേ പൊറുക്കണം."

കുഞ്ചൻനമ്പ്യാരുടെ നർമ്മം വിതറിയ കാവ്യശകലം കേട്ട് രാജാവ് കുലുങ്ങിച്ചിരിച്ചു.

വില്വമംഗലത്ത് സ്വാമിയാർ

സംസ്കൃതപണ്ഡിതനും കൃഷ്ണഭക്തനുമായ വില്വമംഗലത്തു സ്വാമിയാരാണ് *ശ്രീകൃഷ്ണ കർണാമൃതം* എന്ന പ്രസിദ്ധ കൃതി രചിച്ചത്. ഈ കാവ്യരചനയ്ക്കു പിന്നിൽ ഒരു കഥയുണ്ട്.

ഒരു ദിവസം വില്വമംഗലം ഭാര്യാഭവനത്തിലേക്ക് പോവുകയായിരുന്നു. കാറും കോളും നിറഞ്ഞ ഒരു രാത്രി. വളരെ കഷ്ടപ്പെട്ടാണ് പുറപ്പെട്ടത്. ദീർഘനേരം നടന്നു പുഴ കടന്നു വേണം ഭാര്യയുടെ വീട്ടിലെത്താൻ.

കടവിൽ കടത്തുകാരനുണ്ടായിരുന്നില്ല. എങ്ങനെ മറുകരയിലെത്തും? അതാ, ഒരു മരത്തടി ഒഴുകി വരുന്നു. വില്വമംഗലം നീന്തി ആ മരത്തടിയിൽ കയറിപ്പറ്റുകയും തുഴഞ്ഞ് ഒരു വിധത്തിൽ മറുകരയെത്തുകയും ചെയ്തു.

വീട്ടിലെത്തിയപ്പോൾ ഭാര്യയോട് യാത്രയിലുണ്ടായ പ്രയാസങ്ങളെക്കുറിച്ച് അദ്ദേഹം വിവരിച്ചു.

"അങ്ങ് എന്നോടു കാണിക്കുന്ന സ്നേഹത്തിന് നന്ദിയുണ്ട്. എന്നാൽ ഇതേ സ്നേഹവും ഭക്തിയും ശ്രീകൃഷ്ണനോടു കൂടി പ്രകടിപ്പിച്ചിരുന്നെങ്കിൽ എത്ര നന്നായിരുന്നു."

ഭാര്യയുടെ നിർദ്ദേശം കേട്ടപ്പോൾ വില്വമംഗലം ശ്രീകൃഷ്ണന്റെ ചിത്രത്തിനരികിലേക്ക് നീങ്ങി ഭഗവാനെ ധ്യാനിച്ചു.

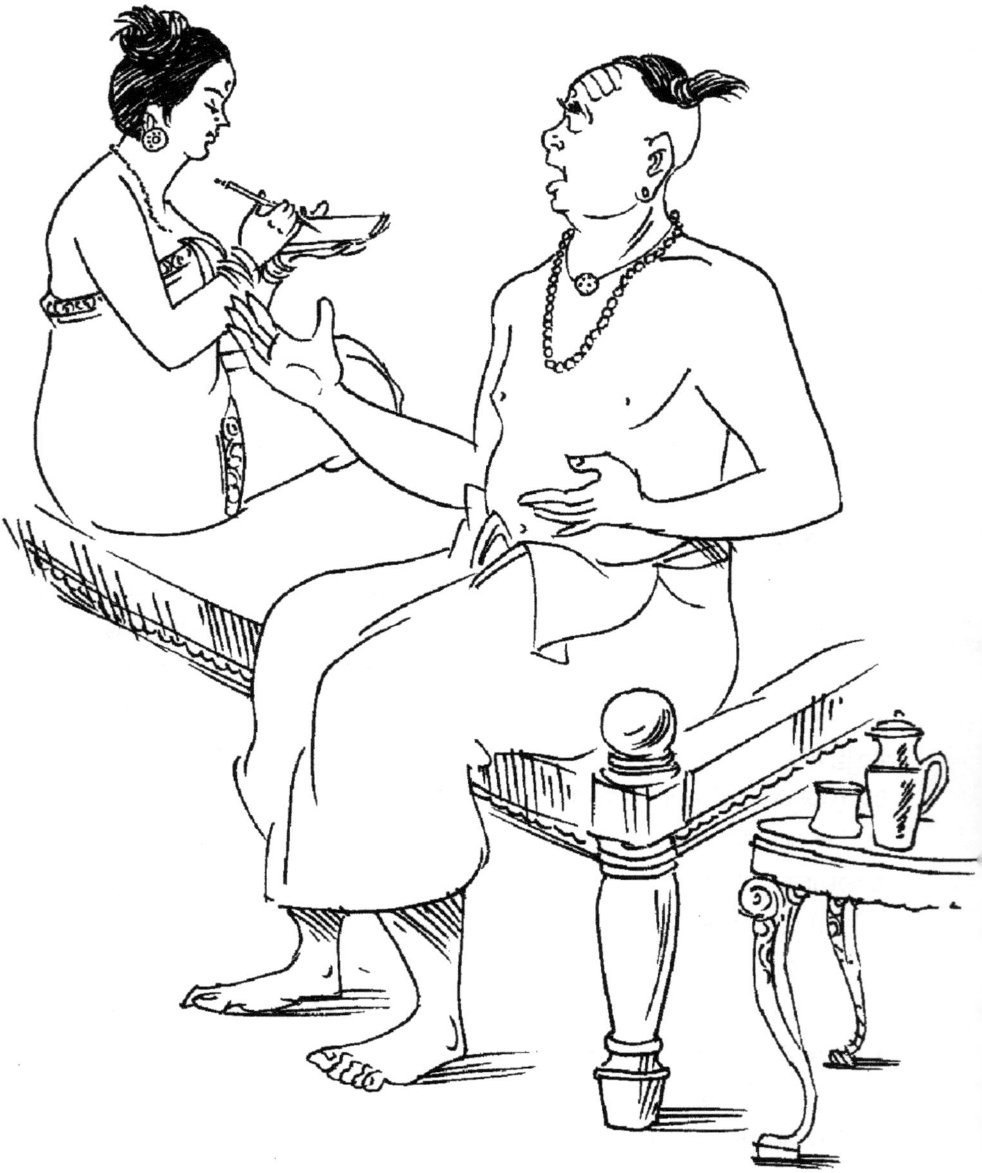

തെല്ലുനേരത്തെ മൗനത്തിനു ശേഷം ആ മനസ്സിലെ പ്രാർത്ഥ നകളും കൃഷ്ണചിന്തകളും കവിതാരൂപത്തിൽ ചൊല്ലാൻ തുടങ്ങി.

വില്വമംഗലത്തിന്റെ പത്നി അദ്ദേഹം ചൊല്ലുന്ന കാവ്യശബ്ദ ങ്ങൾ എഴുതിയെടുക്കാൻ തുടങ്ങി. പുലരുവോളം ഇതു തുടർന്നു. പുലർവേളയാവുമ്പോഴേക്കും ഒരു കാവ്യം പിറന്നിരുന്നു. *ശ്രീകൃ ഷ്ണ കർണ്ണാമൃതം.*

ചങ്ങമ്പുഴയും ഖാദിയും

നാടെങ്ങും സ്വാതന്ത്ര്യസമരം ആളിപ്പടരുന്ന കാലം.

അക്കാലത്ത് മലയാളിയായ കൃഷ്ണപിള്ള പൂനെയിൽ മിലിട്ടറി അക്കൗണ്ട്സ് വകുപ്പിൽ ജോലി നോക്കുകയായിരുന്നു.

ഒരു ദിവസം കൃഷ്ണപിള്ള ഖദർ വസ്ത്രം ധരിച്ചാണ് ഓഫീസിലെത്തിയത്. അവിടെയുണ്ടായിരുന്ന മേലുദ്യോഗസ്ഥർക്കൊന്നും അതത്ര പിടിച്ചില്ല. അവരെല്ലാം പുച്ഛത്തോടെ കൃഷ്ണപിള്ളയെ നോക്കി.

താമസിയാതെ വിവരം ബറ്റാലിയൻ മേധാവിയുടെ ചെവിയിലുമെത്തി. അദ്ദേഹം കൃഷ്ണപിള്ളയെ വിളിപ്പിച്ചു. നീരസത്തോടെ പറഞ്ഞു.

"മിസ്റ്റർ കൃഷ്ണപിള്ള, നിങ്ങൾ തികഞ്ഞ അപമര്യാദയാണ് കാണിച്ചത്."

"എന്താണെന്നു മനസ്സിലായില്ല സർ." കൃഷ്ണപിള്ള ഒന്നും അറിയാത്ത മട്ടിൽ പറഞ്ഞു.

"നിങ്ങൾ എന്തു വസ്ത്രമാണ് ധരിച്ചിരിക്കുന്നത്?" ബറ്റാലിയൻ മേധാവി ഗൗരവത്തിൽ ചോദിച്ചു.

"ഇത് ഖദർ വസ്ത്രമാണ് സാർ."

"ബ്രിട്ടീഷ് പട്ടാളത്തിൽ പ്രവർത്തിക്കുന്നവർ ഖദർ ധരിക്ക

രുതെന്നറിഞ്ഞുകൂടേ?"

"ക്ഷമിക്കണം സർ, ബ്രിട്ടീഷ് പട്ടാളക്കാരനാണെങ്കിലും ജന്മം കൊണ്ട് ഞാനൊരു ഭാരതീയനാണ്. ജന്മഭൂമിയെ മറക്കാൻ എനിക്കാവില്ല. അത് എന്റെ അമ്മയാണ് സർ."

കൃഷ്ണപിള്ള ഒട്ടും കൂസാതെ പറഞ്ഞു.

പിറ്റേ ദിവസവും കൃഷ്ണപിള്ള ഖദർ ധരിച്ചുകൊണ്ടുതന്നെ ഓഫീസിൽ വന്നു. വിശദീകരണം ആവശ്യപ്പെട്ടുകൊണ്ടുള്ള 'മെമ്മോ' അദ്ദേഹത്തിന് കിട്ടി. വിശദീകരണത്തിൽ കൃഷ്ണപിള്ള ഇങ്ങനെ എഴുതി:

"എനിക്ക് ഖദർ ധരിക്കണം. ഭാരതീയനായിരിക്കുന്ന കാലത്തോളം ഞാൻ അത് ചെയ്യും. നിങ്ങൾക്ക് വിരോധമുണ്ടെങ്കിൽ ഈ ജോലി എനിക്കു വേണ്ട."

ദേശസ്നേഹിയായ കൃഷ്ണപിള്ള ഒട്ടും വൈകാതെ ബ്രിട്ടീഷുകാർ നല്കിയ ജോലി രാജിവെച്ചു. അദ്ദേഹം നാട്ടിലേക്ക് മടങ്ങി. ഇംഗ്ലീഷുകാരുടെ മുന്നിൽ തലകുനിക്കാതെ നിന്ന ആ ധീര ദേശാഭിമാനി മലയാളത്തിലെ പ്രഖ്യാത കവി ചങ്ങമ്പുഴ കൃഷ്ണപിള്ളയായിരുന്നു.

പ്രതാപം പെട്ടിക്കുള്ളിൽ

അനേകം ഭാഷാശ്ലോകങ്ങൾ രചിച്ച രസികനായ ഫലിത കവിയാണ് മുട്ടസ്സു നമ്പൂതിരി. വൈക്കം ക്ഷേത്രത്തിനടുത്തുള്ള ഇല്ലത്തായിരുന്നു അദ്ദേഹം ജീവിച്ചിരുന്നത്.

കുറിക്കുകൊള്ളുന്ന തർക്കുത്തരങ്ങളും വികട കവിതകളുമായി യാത്ര ചെയ്തിരുന്ന മുട്ടസ്സുനമ്പൂതിരിയെക്കുറിച്ച് ധാരാളം രസകരമായ കഥകളുണ്ട്.

ഒരിക്കൽ മുട്ടസ്സുനമ്പൂതിരി ആറാട്ടുപുഴ പൂരം കാണാൻ പോയി. പൂരത്തിനു പോകുന്നവരെല്ലാം സർവ്വാഭരണവിഭൂഷിതരായാണ് പോകാറ്. തങ്ങൾക്കുള്ളതും അയൽ വീടുകളിൽ നിന്ന് ഇരന്നു വാങ്ങിയതുമായ സ്വർണ്ണാഭരണങ്ങളിൽ ശരീരം പൊതിഞ്ഞ് പൂരത്തിന് പോകുന്ന അല്പന്മാരെ കളിയാക്കാൻ തന്നെ നമ്പൂതിരി തീർച്ചയാക്കി.

തറവാട്ടുവകയായി കിട്ടിയ സകലസ്വത്തുക്കളുടെയും ആധാരങ്ങളും പ്രമാണങ്ങളും ഒരു പെട്ടിയിലാക്കി അതും ചുമന്നുകൊണ്ടാണ് മുട്ടസ്സ് നമ്പൂതിരി പൂരത്തിന് പുറപ്പെട്ടത്.

പൂരപ്പറമ്പിലെത്തിയ നമ്പൂതിരി പെട്ടി തലയിൽ വെച്ച് ഒരാൽത്തറയിൽ കയറി നിന്ന് പൂരം കാണാൻ തുടങ്ങി. നമ്പൂതിരിയെ കണ്ടവർ അതിശയിച്ചു. അവർ കാര്യം തിരക്കി.

“അവരവർക്കുള്ള സമ്പത്ത് എത്രയാണെന്ന് കാണിക്കാനല്ലേ ഇക്കാണുന്നവരെല്ലാം ഇത്രയേറെ ആഭരണങ്ങളണിഞ്ഞ് പൂരത്തിന് വന്നിരിക്കുന്നത്. അല്ലെങ്കിൽ ഇത്രയേറെ സ്വർണ്ണവും ചുമന്നുകൊണ്ട് നടക്കുമോ? ഞാൻ സ്വർണ്ണമൊന്നും സമ്പാദിച്ചിട്ടില്ല. ഉള്ളത് കുറച്ച് ഭൂസ്വത്താണ്. അതിന്റെ പ്രമാണങ്ങളാണ് കൊണ്ടുവന്നത്. അത് ഇങ്ങനെയല്ലാതെ പ്രദർശിപ്പിക്കാൻ ആവില്ലല്ലോ.”

നമ്പൂതിരിയുടെ ഈ വാക്കുകൾ കേട്ട് സഞ്ചരിക്കുന്ന സ്വർണ്ണക്കടപോലെ ആഭരണങ്ങളണിഞ്ഞ് വന്ന അല്പന്മാർ ലജ്ജിച്ചു തലതാഴ്ത്തി.

വീണപൂവ്

ചിറയിൻകീഴിലെ കായിക്കരയിലാണ് കുമാരനാശാൻ ജനിച്ചത്. കുട്ടിക്കാലം മുതൽ കവിതകൾ കുറിച്ചു തുടങ്ങി.

കുമാരു എന്നാണ് കുട്ടിക്കാലത്തെ പേര്. കുമാരുവിന്റെ കുട്ടിക്കാലം സംഭവബഹുലമായിരുന്നു. പഠിക്കാൻ മിടുക്കനായ കുമാരു പതിനാലാം വയസ്സിൽ തന്നെ അദ്ധ്യാപകനായിരുന്നു. വയസ്സു തികയാത്തതിനാൽ ജോലിയിൽ നിന്ന് പിന്നീട് ഒഴിവാക്കി.

കടലും തിരയും തീരവുമെല്ലാം കുമാരുവിനെ ഏറെ ഹരം പിടിപ്പിച്ചിരുന്നു.

കടലിലെ ഓളക്കുത്തിലും തിരമാലകൾക്കപ്പുറവും നീന്തിത്തുടിച്ചിരുന്ന കുമാരു സമർത്ഥനായ നീന്തൽക്കാരനായിരുന്നു.

കടലിൽപെട്ടുപോകുന്ന കുട്ടികളെയും മുതിർന്നവരെയും പലകുറി രക്ഷിച്ചിട്ടുണ്ട് കുമാരു.

പറഞ്ഞിട്ടെന്തു കാര്യം! 'റഡീമർ' എന്ന ബോട്ടിൽ ആലുവയിലേക്കുള്ള യാത്രയിൽ പല്ലനയാറ്റിലുണ്ടായ അപകടത്തിൽ കുമാരനാശാൻ മുങ്ങിമരിക്കുകയാണുണ്ടായത്.

ജീവിതത്തിന്റെ നിസ്സാരതയെക്കുറിച്ച് ആശാൻ ധാരാളം എഴുതിയിട്ടുണ്ട്. കുട്ടിക്കാലത്ത് സംസ്കൃത സ്തോത്രകവിതകൾ

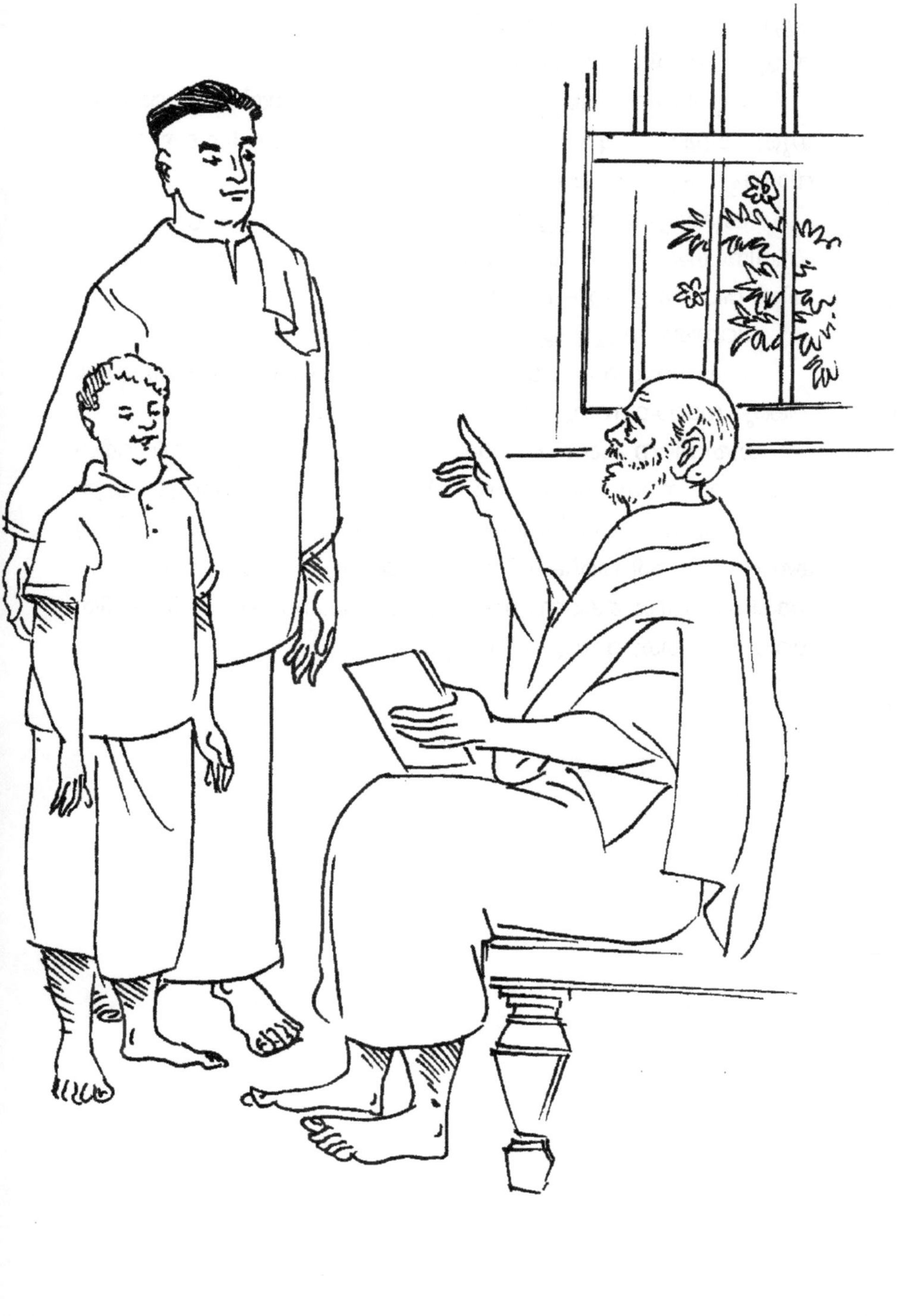

എഴുതുമായിരുന്ന കുമാരുവിനെ ശ്രീനാരായണഗുരുവാണ് കവിതയുടെ പുതിയ വഴിയിലേക്ക് നയിച്ചത്.

ഒരു ദിവസം അച്ഛനോടൊപ്പം വീട്ടിലെത്തിയ നാരായണഗുരു കുമാരു എഴുതിക്കൂട്ടിയ സ്തോത്രകവിതകളത്രയും വായിച്ചു. എന്നിട്ട് പറഞ്ഞു:

"കുമാരു കഴിവുള്ള കുട്ടിയാണ്. സംസ്കൃതം മാത്രം പോര. പുതിയ ലോകത്തെ അറിയാൻ ഇംഗ്ലീഷും വേണം. മദിരാശിയിൽ പോയി ഇംഗ്ലീഷ് പഠിക്കണം."

പഠനത്തിനുള്ള ഏർപ്പാടുകൾ ഗുരു തന്നെ ചെയ്തു.

കുമാരനാശാൻ പഠനം കഴിഞ്ഞ് തിരിച്ചെത്തി. അപ്പോഴേയ്ക്കും നാരായണഗുരു രോഗാതുരനായിരുന്നു.

ഗുരുവിനെ കണ്ട ആശാൻ ഏറെ സങ്കടപ്പെട്ടു. ജീവിതദർശനത്തിന്റെ സുഗന്ധം പരത്തിനിന്നിരുന്ന ഗുരുപോലും എത്ര പെട്ടെന്നാണ് കൊഴിഞ്ഞുവീണിരിക്കുന്നത്! ജീവിതത്തിന്റെ ക്ഷണികത ഒരിക്കൽക്കൂടി അദ്ദേഹത്തിനു ബോദ്ധ്യമായി. ഏറെനാൾ മനസ്സിൽ കൊണ്ടുനടന്ന ഈ ദർശനം ഒടുവിൽ കവിതയായി പുറത്തു വന്നു. *വീണപൂവ്.*

കാക്കശ്ശേരിയുടെ ഓർമ്മശക്തി

കോഴിക്കോട്ട് മാനവിക്രമരാജാവിന്റെ കാലത്ത് തളിയിൽ ക്ഷേത്രത്തിൽ ആണ്ടിലൊരിക്കൽ വിദ്വൽസദസ്സ് ഒരുക്കിയിരുന്നു. വേദം, ശാസ്ത്രം, പുരാണം തുടങ്ങി തത്ത്വശാസ്ത്രങ്ങളിലുള്ള തർക്കങ്ങളും സംവാദങ്ങളും കൊണ്ട് സമ്പന്നമായിരുന്നു ഈ വിദ്വൽ സദസ്സ്.

സദസ്സിലെ നിത്യസാന്നിദ്ധ്യമായിരുന്നു കാക്കശ്ശേരി ഭട്ടതിരി. വേദശാസ്ത്രപുരാണങ്ങളിലും കവിത്വത്തിലും കാക്കശ്ശേരിയെ തോല്പിക്കാൻ അക്കാലത്ത് ആരുമുണ്ടായിരുന്നില്ല.

പരമ്പരാഗതമായ ആചാരങ്ങളെയും അന്ധവിശ്വാസങ്ങളെയും വെല്ലുവിളിച്ചിരുന്ന കാക്കശ്ശേരി പ്രമാണിമാരുടെ കണ്ണിലെ കരടായിരുന്നു.

എങ്കിലും അദ്ദേഹത്തിന്റെ ജ്ഞാനത്തിനു മുന്നിൽ പിടിച്ചു നില്ക്കാൻ ആരുമുണ്ടായിരുന്നില്ല. പ്രഗത്ഭ പണ്ഡിതനായ ഉദ്ദണ്ഡ ശാസ്ത്രിപോലും കാക്കശ്ശേരിയുടെ മുന്നിൽ തോല്വി സമ്മതിച്ചിരുന്നു.

അയിത്താചാരങ്ങളെ വെല്ലുവിളിച്ച കാക്കശ്ശേരിക്ക് ജാതി വ്യത്യാസമൊന്നുമുണ്ടായിരുന്നില്ല. കുടിൽ തൊട്ട് കൊട്ടാരം വരെ കയറിച്ചെല്ലും. കിട്ടുന്നതെന്തും കഴിക്കും. എല്ലാവരെയും തൊടു

കയും അടുപ്പം കാണിക്കുകയും ചെയ്യും.

കാക്കശ്ശേരിയോട് ആഢ്യരായ നമ്പൂതിരിമാർക്ക് ഇക്കാര്യത്തിൽ അസഹ്യമായ വിരോധമുണ്ടെങ്കിലും അദ്ദേഹത്തോട് വാദിച്ചു ജയിക്കാൻ കഴിയാത്തതിനാൽ മിണ്ടാതിരിക്കുകയായിരുന്നു.

ഒരു ദിവസം യാത്രാമദ്ധ്യേ കാക്കശ്ശേരി ഒരു സത്രത്തിൽ ഇരിക്കുകയായിരുന്നു. അവിടെ പരദേശികളായ രണ്ട് സഞ്ചാരികൾ തമ്മിൽ വാക്കേറ്റം നടന്നു. അത് അടിപിടിയിലാണ് കലാശിച്ചത്.

അടിപിടി കേസായി. ഉദ്യോഗസ്ഥർ ഇരുകൂട്ടരെയും വിളിച്ചു വരുത്തി വിചാരണ ചെയ്തു. രണ്ടുപേരും അവരവരുടെ ന്യായങ്ങൾ നിരത്തി.

"നിങ്ങൾക്ക് സാക്ഷികൾ ആരെങ്കിലും ഉണ്ടോ?" ന്യായാധിപൻ ചോദിച്ചു.

സത്രത്തിൽ അപ്പോൾ ഒരു മലയാളി ഉണ്ടായിരുന്നു. അവർ പറഞ്ഞു.

കാക്കശ്ശേരിയായിരുന്നു ആ മലയാളി. ഉദ്യോഗസ്ഥർ അദ്ദേഹത്തെ ന്യായാധിപനുമുന്നിൽ ഹാജരാക്കി. വാക്കേറ്റവും സംഭവങ്ങളുമെല്ലാം അദ്ദേഹം ന്യായാധിപനോട് വിവരിച്ചു. അവർ തമ്മിൽ എന്തൊക്കെ അസഭ്യങ്ങളാണ് പറഞ്ഞതെന്ന് ന്യായാധിപൻ ചോദിച്ചപ്പോൾ കാക്കശ്ശേരി പറഞ്ഞു.

"എനിക്കവരുടെ ഭാഷ അറിഞ്ഞുകൂടാ. അതിനാൽ അവർ പറഞ്ഞതിന്റെ അർത്ഥം മനസ്സിലായില്ല. എങ്കിലും അവർ തമ്മിൽ പറഞ്ഞ വാക്കുകൾ ഞാൻ പറയാം." ഇത്രയും പറഞ്ഞ് രണ്ടുപേരും പറഞ്ഞ അസഭ്യവാക്കുകൾ മുഴുവൻ വള്ളിപുള്ളി വിസർഗ്ഗം വിടാതെ കാക്കശ്ശേരി വിശദമായി പറഞ്ഞു കേൾപ്പിച്ചു. ഏറെനേരം നീണ്ടുനിന്ന പരദേശികളുടെ സംഘർഷത്തിനിടയിൽ അവർ പറഞ്ഞ കാര്യങ്ങൾ മുഴുവൻ ഒരു വാക്കുപോലും വിടാതെ കാക്കശ്ശേരി പറഞ്ഞു തീർത്തു.

കേട്ടുനിന്നവർ അന്തംവിട്ടുപോയി. കന്നഡ, തമിഴ്, തെലുങ്ക്, ഹിന്ദി തുടങ്ങിയ ഭാഷകളിൽ അന്യദേശക്കാർ പറഞ്ഞ വാക്കുകൾ മുഴുവൻ ഒറ്റയക്ഷരം പോലും വിടാതെയാണ് കാക്കശ്ശേരി പറഞ്ഞൊപ്പിച്ചത്! അസാമാന്യമായിരുന്നു അദ്ദേഹത്തിന്റെ ഓർമ്മശക്തി.

മേൽപ്പത്തൂരും പട്ടത്താനവും

ജ്ഞാ*നപ്പാന*യുടെ കർത്താവും കൃഷ്ണഭക്തനുമായ പൂന്താനത്തിനെ മഹാപണ്ഡിതനായ മേൽപ്പത്തൂർ നാരായണ ഭട്ടതിരി ഭാഷാകവിയെന്നു വിളിച്ച് പുച്ഛിച്ച കഥ പ്രസിദ്ധമാണല്ലോ? എന്നാൽ ഇതുപോലെ ഒരിക്കൽ മേൽപ്പത്തൂരും പരിഹാസ്യനായ ഒരു കഥയുണ്ട്.

പണ്ട് നെടിയിരിപ്പുസ്വരൂപം ഭരിച്ചിരുന്ന സാമൂതിരി രാജാവ് മാനവിക്രമന്റെ കാലത്ത് കോഴിക്കോട് തളിയിൽ ക്ഷേത്രത്തിൽ ഒരാഴ്ച നീളുന്ന ഒരുപണ്ഡിത സദസ്സ് കൂടാറുണ്ടായിരുന്നു. പട്ടത്താനം എന്ന പേരിൽ എല്ലാവർഷവും നടത്തിയിരുന്നു ആ ചടങ്ങ്, പണ്ഡിതരിൽ ശ്രേഷ്ഠരായവർക്ക് ഭട്ടസ്ഥാനം എന്ന ബിരുദം നല്കാനുള്ളതായിരുന്നു. സകലശാസ്ത്രങ്ങളിലും തികഞ്ഞ ജ്ഞാനമുള്ളവർക്കുമാത്രമാണ് അതിൽ പങ്കെടുക്കാനുള്ള അനുമതി ലഭിച്ചിരുന്നത്.

ഒരുകൊല്ലം പട്ടത്താനത്തിന് മേൽപ്പത്തൂരുമെത്തി. അന്ന് ചുമതല പയ്യൂർ പട്ടേരിമാർക്കായിരുന്നു. സാമൂതിരിയുടെ പണ്ഡിതസദസ്സിലെ പതിനെട്ടരക്കവികളിൽപ്പെട്ട കൊലകൊമ്പന്മാരായ ഒമ്പതു മഹാവിദ്വാന്മാരായിരുന്നു പയ്യൂർ പട്ടേരിമാർ.

പട്ടത്താനത്തിൽ പങ്കുകൊള്ളാനുള്ള അഭിമുഖപരീക്ഷയ്ക്ക് ഹാജരായ മേൽപ്പത്തൂരിനെ സകലകലാ വല്ലഭന്മാരായ പട്ടേരി

മാർ ചോദ്യങ്ങൾ ചോദിച്ച് വെള്ളം കുടിപ്പിച്ചുകളഞ്ഞു.

അവസാനം സംസ്കൃതം പഠിച്ചതുകൊണ്ടുമാത്രം ഒരാൾ വിദ്വാനാവുകയില്ല. എങ്കിലും ഒരു കവി ആയതുകൊണ്ട് കാണികളിൽ ഒരാളായിമാത്രം നാരായണന് സദസ്സിൽ ഇരിക്കാം.

പട്ടേരിമാർ അരസമ്മതം മൂളി.

അങ്ങനെ വില്ലുകുല്യക്കാനെത്തിയവർ വെൺചാമരം വീശുകാരനായെന്ന് പറഞ്ഞപോലെ ഉഗ്രപ്രതാപിയായ മേൽപ്പത്തൂരിന് വെറുമൊരു കാഴ്ചക്കാരനായി പട്ടത്താനത്തിൽ പങ്കെടുക്കേണ്ടി വന്നു.

കബീർദാസ്

കാശിയിൽ നീരു എന്ന നെയ്ത്തുകാരനും ഭാര്യ നീമയും താമസിച്ചിരുന്നു. പാവപ്പെട്ട മുസ്ലീം നെയ്ത്തുകാരായിരുന്നു അവരുടെ തെരുവിലുണ്ടായിരുന്നത്. പഞ്ഞിയും നൂലും വീണുകിടക്കുന്ന വഴികളും മരത്തറികളുടെയും റാട്ടുകളുടെയും താളത്തിലുള്ള ശബ്ദവും ക്ഷേത്രങ്ങളും പള്ളികളുമെല്ലാം നിറഞ്ഞ തെരുവ്.

ഒരു ദിവസം നീരുവിന് കുളക്കടവിൽ വച്ച് ഒരു കുഞ്ഞിനെ കളഞ്ഞുകിട്ടി. നല്ല ഓമനത്തമുള്ള ഒരാൺകുഞ്ഞ്. നീരുവും ഭാര്യയും അവനെ ലാളിച്ചു വളർത്തി. കബീർ എന്നാണ് അവനെ അവർ വിളിച്ചുവന്നത്. കൊച്ചു കബീറിന് എപ്പോഴും സംശയമാണ്.

ഒരിക്കൽ വീട്ടിൽ വന്ന ഒരാളോട് കബീർ തന്റെ സംശയങ്ങളെല്ലാം ചോദിച്ചു. നാടുചുറ്റിവന്ന അയാൾക്ക് ഉത്തരം പറയാൻ കഴിയുമെന്നാണ് കരുതിയത്. പക്ഷേ, അയാൾ ഉത്തരം പറഞ്ഞില്ല. എങ്കിലും കബീറിനെ ഇഷ്ടമായി.

അയാൾ കബീറിന്റെ ബാപ്പയോടു പറഞ്ഞു:

“നീരു, നീ കബീറിനെ അക്ഷരം പഠിപ്പിക്കണം. അവൻ മിടുക്കനാണ്.”

കബീറിനെ അക്ഷരം പഠിപ്പിക്കണമെന്ന് നീരുവിനും

നീമക്കും മോഹമുണ്ട്. പക്ഷേ, പാവപ്പെട്ട നെയ്ത്തുകാരുടെ മക്കളാരും ഇതുവരെ പഠിച്ചിട്ടില്ല. ആരും പഠിപ്പിച്ചിട്ടുമില്ല.

ക്ഷേത്രങ്ങളിൽ ബ്രാഹ്മണർ കുട്ടികളെ പഠിപ്പിക്കുന്നുണ്ട്. ഉയർന്ന ജാതിയിൽപെട്ടവരുടെ മക്കൾക്കു മാത്രമേ അവിടെ പ്രവേശനമുള്ളൂ. പള്ളികളിൽ മൗലവിമാരും കുട്ടികളെ പഠിപ്പിക്കുവാൻ പാഠശാലകൾ നടത്തുന്നുണ്ട്. അവിടെ സെമീന്ദർമാരുടെയും സമ്പന്നരുടെയും മക്കൾക്കേ പ്രവേശനമുള്ളൂ. കബീറിനെ പിന്നെ എവിടെ പഠിപ്പിക്കും?

നീരുവും നീമയും നിസ്സഹായരാണ്.

കബീർ നെയ്ത്തുജോലി ചെയ്തുതുടങ്ങി. അപ്പോഴും മനസ്സിൽ ചോദ്യങ്ങളാണ്. സംശയങ്ങളാണ്.

ഒരു ദിവസം കബീർ തെരുവിലൂടെ നടക്കുകയായിരുന്നു. ശ്രദ്ധയോടെയുള്ള നടത്തം. തിളങ്ങുന്ന കണ്ണുകൾ. സൗമ്യമായ മുഖം. എതിരെ നടന്നുവരുന്ന ഒരു വൃദ്ധസന്ന്യാസി കബീറിനെ കണ്ടു. ഒറ്റനോട്ടത്തിൽത്തന്നെ കുട്ടിയെ ഇഷ്ടമായി.

"എന്താ കുട്ടിയുടെ പേര്?" - സന്ന്യാസി ചോദിച്ചു.

"കബീർ."

കൊച്ചുകബീർ പേരു പറഞ്ഞു.

"കബീറെന്നാൽ മഹാൻ എന്നാണർത്ഥം. അറിയുമോ?"

സന്ന്യാസി ചിരിച്ചുകൊണ്ടു ചോദിച്ചു.

"അക്ഷരാഭ്യാസമില്ലാതെയും പഠിക്കാൻ കഴിയാതെയും മഹാനാകുന്നതെങ്ങനെ?"

കബീറിന് സംശയമായി.

കുട്ടിയുടെ ചോദ്യം സന്ന്യാസിക്ക് ഇഷ്ടമായി.

"കുഞ്ഞിന് പഠിക്കാൻ താല്പര്യമുണ്ട്, അല്ലേ?"

"ഉണ്ട്" -കബീർ പറഞ്ഞു. "പക്ഷേ, ആരും എന്നെ പഠിപ്പിക്കുന്നില്ല. ശിഷ്യനായി സ്വീകരിക്കുന്നില്ല."

വൃദ്ധൻ കബീറുമായി ഏറെ നേരം സംസാരിച്ചു. കബീർ തന്റെ ദുഃഖങ്ങൾ തുറന്നുപറഞ്ഞു. പഠിക്കാൻ മോഹമുണ്ടെന്ന് അറിയിച്ചു.

"നിനക്ക് വിദ്യനേടാൻ ഞാൻ ഒരു വഴി പറഞ്ഞുതരാം."

-അദ്ദേഹം കബീറിനെ സമാധാനിപ്പിച്ചു.

"കാശിയിൽ രാമാനന്ദാചാര്യർ എന്ന പേരിൽ ഒരു ഗുരുവുണ്ട്. അദ്ദേഹം നിന്നെ ശിഷ്യനായി സ്വീകരിക്കും."

"പക്ഷേ, എന്റെ ജാതി? കുലം?" - കബീറിന് സംശയമായി.

"രാമാനന്ദാചാര്യന് ജാതിമതഭേദമില്ല. ഹിന്ദുവും മുസ്ലീമും ബ്രാഹ്മണനും ശൂദ്രനും അദ്ദേഹത്തിന്ന് ഒരുപോലെയാണ്. എല്ലാവരും മനുഷ്യർ മാത്രമാണെന്ന് അദ്ദേഹം കരുതുന്നു. അങ്ങോട്ടു ചെല്ലുക."

വൃദ്ധസന്ന്യാസിയുടെ ഉപദേശം സ്വീകരിച്ച് കബീർ രാമാനന്ദാചാര്യരെ അന്വേഷിച്ചു ചെന്നു.

ഗംഗാനദിയുടെ തീരത്ത് കബീർ രാമാനന്ദാചാര്യരെ കണ്ടു. വന്ദിച്ചു. തന്റെ ആഗ്രഹം പറഞ്ഞു.

കണ്ണീരോടെ പഠിക്കണമെന്ന് അപേക്ഷിച്ചു നില്ക്കുന്ന കൊച്ചു കബീറിനെ രാമാനന്ദാചാര്യർ തന്നോടു ചേർത്തു പിടിച്ചു.

ആ കൊച്ചു ബാലനാണ് പിന്നീട് ലോകം ആദരിക്കുന്ന കബീർദാസ് എന്ന മഹാപണ്ഡിതനായി മാറിയത്.

9 789388 485210

Printed by Libri Plureos GmbH in Hamburg, Germany